நல்லபாம்பு:

நீல அணங்கின் கதை

நல்லபாம்பு:
நீல அணங்கின் கதை

ரமேஷ் பிரேதன்

நல்லபாம்பு : நீல அணங்கின் கதை
ஆசிரியர்: ரமேஷ் பிரேதன் ©
முதல் பதிப்பு: ஆகஸ்ட் 2019
வெளியீடு: யாவரும் பப்ளிஷர்ஸ்
தொடர்பு: 9042461472, 9841643380
editor@yaavarum.com, www.yaavarum.com
பக்கங்கள்: 136
விலை: ரூ. 170

NALLAPAAMBU: tale of blue goddess (novel)
by Ramesh Predan ©
First Edition: Aug 2019
Published by Yaavarum Publishers
Contact: 9042461472, 9841643380
editor@yaavarum.com, www.yaavarum.com
Designed by: Harisankar
Pages: 136
Price: 170

யாவரும் வெளியீடு: 101

வில்லேர் உழவர் பகைகொளினும் கொள்ளற்க
சொல்லேர் உழவர் பகை

— திருவள்ளுவர்

நன்றி

பேசும் புதிய சக்தி மாதயிதழ்
ஜெயகாந்தன்
புது எழுத்து மனோன்மணி
பிரேமா
பேராசிரியர்.ர.சுரேஷ்
மோகனா – இசை
கீழை. இலக்கியன்
பி.என்.எஸ்.பாண்டியன்
வே.மு. பொதியவெற்பன்

பிரபஞ்சன் நினைவுகளுக்கு...

இது வரலாற்றுப் புதினம் இல்லை.
இப்பிரதியின் காலப் பின்புலம் ஒரு பாசாங்கு.

ஒன்று

அவள் பெயர் நல்லதங்கம். நல்லபாம்புக் கடித்துச் செத்தாள். அவள் கணவன் செம்புலியும் இரண்டு மகன்களும் செத்தவளை எரித்துவிட்டு பாம்பைக் கொல்ல காடு தேடி ஊர்க் கடந்து நாடு தாண்டி தலைமுறை தலைமுறையாக நாடோடிகளாய் அலைந்தனர். தலைமுறைகளின் வழியாக பாம்பைத் தேடி தாங்கள் திரியும் கதை ஆயிரமாயிரம் வாய்களின் வழியாகச் சொல்லப்பட்டு காலங்களைக் கடந்து பத்து நூற்றாண்டுகளைத் தாண்டி ஊர்ந்தது. அந்தச் சோழர் காலத்துப் பாம்பை அடையாளம் கண்டு கொல்ல, ஊர்க்குடிகளுடன் சேர்ந்து இருபதாம் நூற்றாண்டிலும் தந்தையும் மகன்களும் தேடி அலைந்தனர்.

0

கட்டிமுடிக்கப்பட்ட தஞ்சை பெரியகோயிலின் குடமுழுக்கு விழாவுக்கு மாட்டுவண்டி கட்டி நல்லதங்கமும் செம்புலியும் இரண்டு மகன்களும் ஊர்க்குடிகளுடன் புறப்பட்டனர். வழிநெடுக்க மக்கள் கூட்டம் கூட்டமாக தஞ்சையை நோக்கி நகர்ந்துகொண்டிருந்தனர். குழந்தைகள் பசிக்கிறது என்று அம்மாவிடம் சொல்ல, அவள் செம்புலியை நிழலில் வண்டியை நிறுத்தச் சொன்னாள். ஆலமரத்து அடர் நிழலில் சருகுகளின் மீது நால்வரும் வட்டமாக அமர்ந்தனர்.

உடன் கொண்டுவந்த பல்லாவை எடுத்துக்கொண்டு எட்டிய தூரத்திலிருந்த கேணியிலிருந்து நீர் முகர்ந்துவர செம்புலி வயலில் இறங்கி வரப்பில் நடந்தான். பால்பிடித்திருந்த நெற்பயிர் இளவெயிலில் அசைய, நல்லபாம்பின் வாடை காற்றில் மெல்லக் கலந்தது. எட்டிய தூரத்தில் நல்லதங்கமும் குழந்தைகளும் கூச்சல்போட, கிணற்றிற்குள் செம்புலி படியிறங்கிக்கொண்டிருந்தான்.

இடத்தோளில் குடிநீர் பல்லாவோடு கிணற்றுக்குள்ளிருந்து மேலெழுந்த செம்புலியை நோக்கி பயல்கள் கத்திக்கொண்டு ஓடிவந்தனர். தகப்பன் பதறியடித்துக்கொண்டு மனைவியை நோக்கி ஓடிவந்ததில் பல்லா தோளிலிருந்து கீழே விழுந்துச் சிதறியது. கட்டுச்சோறு இறைந்து கிடக்க, அவள் வாயில் நுரைத்தள்ளிக்கொண்டிருந்தது. அவள் கண்கள் சொருக கணவனைப் பார்த்துக் கேட்டாள்; 'யாருங்க கட்டுச்சோத்துல பாம்ப வச்சிக் கட்டுனது?' செம்புலி நிலைக்குலைந்து நின்றான். நல்லதங்கத்தின் பார்வை நிலைக்குத்தியது. கூப்பாடு கேட்டு பாதையை விட்டுவிலகிய மாட்டுவண்டிகள் அவர்களைச் சூழ்ந்தன. சின்னவனும் பெரியவனும் தந்தையின் கால்களைக் கட்டிக்கொண்டு பதறியபடி, தொடுவானத்தை முட்டுக்கொடுத்துத் தாங்கியபடி நிற்கும் கோபுரத்தை வெறித்தனர்.

0

செம்புலி தன் பெயரன்களுடன் சினிமாவுக்குச் சென்றிருந்தார். சின்னவனுக்கு இரண்டு பிள்ளைகள். பெரியவனுக்கு இரண்டும் பெண்கள். தங்கமான மருமகள்கள். ஒருமணி நேர இடைவெளியில் பிறந்த அக்காளுக்கும் தங்கைக்கும் தன் மகன்களைக் கட்டிக்கொடுத்திருந்தார் செம்புலி. மருமகள்களின் பாம்புக் கண்களில் செத்துப்போன தன் மனைவி குடிகொண்டிருப்பதாகச் சொல்வார்.

சினிமாவில் ஒரு பாம்பு நடித்துக்கொண்டிருந்தது. அது படத்தைப் பார்த்துக்கொண்டிருந்த செம்புலியை அடையாளம் கண்டுவிட்டது. ஏறக்குறைய பத்து நூற்றாண்டுகளாகத் தன்னை கொல்லத் தேடிக்கொண்டிருக்கும் சோழநாட்டான், இவன் இந்தத் திரைப்படத்தின் கதைக்குள் தானும் புகுந்துகொண்டு தன்னை வஞ்சம் தீர்த்துக்கொள்வானோ என்று பயந்தது. அவன் தன்னை அடையாளம் கண்டுகொள்வதற்குள் இத்திரைப்படத்தின் கதைப்போக்கிலிருந்துத் தான் நழுவிக்கொள்ளவேண்டும் என்ற பதட்டத்தோடு திரையில் சலனித்துக்கொண்டிருந்தது.

பாம்பு பயந்தபடியேதான் நடந்தது. அதை அடையாளம் கண்டுகொண்ட செம்புலி வெகுண்டெழுந்துத் திரையை நோக்கி ஓடினார். இருட்டில் தடுமாறி கீழே விழுந்தவரை, திரையிலிருந்த பாம்பு விருட்டென உடல் விடைத்துப் படம் விரித்துப் பார்த்தது.

பேரப்பிள்ளைகளும் வழிவழியாக ஊட்டி வளர்க்கப்பட்ட பாம்பைப் பற்றிய கதை தம் மரபணுக்களில் ஏற்கெனவே பதிவாகி இருந்ததால் அத்திரைப் பாம்பை அடையாளம் கண்டு பாம்பு பாம்புவென்று கூச்சலிட்டார்கள். திரையரங்கில் படம் நிறுத்தப்பட்டு, ஒளியூட்டப்பட்டு மக்கள் பதறியடித்து வெளியே முண்டியடித்து ஓடினார்கள். செம்புலி ஆப்பரேட்டர் அறைக்கு ஓடினார். திரைப்படப் பெட்டிகள் அடுக்கப்பட்டிருந்த அங்கு சந்து இடுக்கில் சிக்கிய பாம்புச் சட்டையொன்று மின்விசிறிக் காற்றில் நடுங்கிக்கொண்டிருந்தது.

வீட்டுக்குத் திரும்பிய செம்புலிக்கு இருப்புக்கொள்ளவில்லை. கடந்து வந்த தன் வாழ்க்கையில் இந்தப் பாம்பைப் பத்தாவது முறையாக இந்த நூற்றாண்டில் இன்றுதான் பார்த்திருக்கிறார். கண்ணில்பட்டும் கையில் சிக்கவில்லையே என்ற ஆதங்கத்தை தன் மகன்களிடம் பகிர்ந்துகொண்டார். இப்போதெல்லாம் இந்த விடயத்தில் முன்பைப்போல் மகன்கள் ஆர்வம் காட்டுவதில்லை என்ற மனக்குறையை யாரிடமும் பகிர்ந்துகொள்வதில்லை.

செம்புலி இரவில் உறங்குவதில்லை. தன்னைச் சுற்றி ஊரே விழித்திருக்கும் வேளையில்தான் கண்ணயர்வார். சூரியன் சுட்டெரிக்கும் போதுதான் அவருக்கு உறக்கம் மனம்கூடி வரும். இரவில் உறங்கினால் தன்னை முந்திக்கொண்டு கொன்றுவிட பாம்பு வரும் என்ற பயம். அதைவிட கனவில் வந்து நல்லதங்கம் கேட்கும் அந்தக் கேள்வி, ‘யாருங்க கட்டுச்சோத்துல பாம்பவச்சிக் கட்டுனது?’ கனவிடமிருந்தும் பாம்பிடமிருந்தும் தன்னைப் பதுக்கிக்கொள்ள உகந்த பொழுது பகலைத் தவிர வேறில்லை என்பதை நூற்றாண்டுகளின் அனுபவம் செம்புலிக்கு உணர்த்தியிருந்தது. இரவில் உறங்கும் உலக வழக்கத்தை வெறுத்தார்.

0

தஞ்சை நகரில் ராசராசன் காலத்திய கோயிலும் பாம்பும் மட்டுமே இன்றும் புவியில் இருப்பதை நினைத்து செம்புலி பெருமூச்செறிவார். இந்தத் தலைமுறையைச் சேர்ந்த தன் மகன்களுக்குப் பாம்பின் மீதான கோபம் தணிந்துவிட்டதை எண்ணி தனிமையில் பொருமுவார். பரம்பரை சொத்தான மளிகைக் கடை ஒன்றை நகரின் பெரிய அங்காடி வளாகத்தில் நடத்திவந்தனர்.

அவர்களுக்கு நாளும் பொழுதும் ஓய்ச்சல் ஒழிவற்ற வேலையும் சரியாக இருந்தது. இதில் தங்கள் அம்மாவைப் பற்றியும் அவளைக் கொன்ற பாம்பைப் பற்றியும் யோசிக்க நேரம் ஏது? அப்பாவை சங்கடப்படுத்தக்கூடாது என்பதற்காகவே எப்பொழுதாவது அவருடன் பாம்பைப் பற்றிய பேச்சில் கலந்துகொள்வர். சோர்ந்து கிடக்கும் செம்புலி உற்சாகமாகிவிடுவார். அந்தப் பாம்பு பெரிய கோயிலின் கருவறைக்குள் காலகாலமாகப் பதுங்கியிருக்கும் கதையைக் குடும்பத்தினரை அருகில் அழைத்துச் சொல்லத் தொடங்கிவிடுவார். கேட்டு அலுத்தக் கதையை மருமகள்கள் வேண்டாவெறுப்போடு கேட்டுக்கொண்டிருப்பர். ஒவ்வோர் ஆண்டும் சதயவிழாவின்போது அப்பாம்பு கருவறையைவிட்டு வெளியேறி, விழா முடிந்து சந்தடி அடங்கிய பிறகே மீண்டும் தன் இருப்பிடத்திற்குள் அடையும் என்பதை குடும்பத்தினர் அறிந்தே வைத்திருந்தனர். பாம்பு கோயிலைத் தாண்டி வெளிவரும் நாளில் அதைக் கொன்றுவிட ஒவ்வோர் ஆண்டும் செம்புலி திட்டமிடுவார். ராசராசனின் வாளால் அப்பாம்பை இரண்டு துண்டாக வெட்டியெறிய அவர் தீட்டும் திட்டங்கள் யாவும் பாழில் வீழ்ந்தன. வாள் துருவேறித் துருவேறி ஆயுத பூசையில் வைத்துப் படைப்பதற்கும், தினப்படி சமையலுக்குத் தேங்காய் உடைக்கவும் மட்டுமே பயன்பட்டுவந்தது.

உண்மையில் அது பேரரசனின் வாள்தான் என்பதை செம்புலி தன் மகன்களுக்குப் பல சந்தர்ப்பங்களில் சான்றாதாரங்களோடு கதை கதையாகச் சொல்லியிருக்கிறார். ஒவ்வொரு முறையும் வாளின் காலமும் அதன் வடிவமும் நீளமும் மாறிமாறி அமையும். இன்று சமையலறையில் இருக்கும் இந்த வாள் கைப்பிடியோடு கூடிய அடிப்பகுதி மட்டுமே ஒரு அடிக்கும் கொஞ்சம் குறைவாக உள்ளது. அதன் மேல்முனை உடைந்து காலத்துள் என்றோ புதைந்து மட்கி மண்ணோடு மண்ணாகியிருக்கும். இந்த உடைந்த உடைவாளை வெள்ளைக்காரன் காலத்தில் வாரச்சந்தையில் பழைய இரும்புப் பொருட்கள் விற்கும் கடையில் விலைக்கு வாங்கியிருந்தார். அதன் கைப்பிடியில் படமெடுக்கும் பாம்பின் உருவம் பொறித்திருக்கும். பாம்பின் உடல் நெளிவால் சோழ நாட்டின் வரைபடம் வடிக்கப்பட்டிருக்கும். அதன் வால்முனை வெளிப்படாமல் கைப்பிடி முழுவதும் நெளிந்தோடும் உடம்பில் எங்கோ புதைந்திருக்கும். பாம்பின் வால் முடியுமிடத்திலிருந்து சோழதேசத்தின் கடற்பரப்பு தொடங்கிவிடும் என்பதால்;

முடிவுறாத எல்லையற்ற நாடு என்பதைக் குறிக்கிறது இந்த முடிவற்ற பாம்பின் நீட்சி என பெயரன்களுக்குக் கதை சொல்வார் செம்புலி.

பொதுவில், பேரரசர்கள் கடலை வெறுத்தனர். தமது அதிகாரப் பரவலுக்குத் தடையாக நின்று தேசத்தின் எல்லையைக் கடல் வரையறுப்பதாகக் கருதினர். எல்லையற்ற நிலம் சமைய கடல் தடையாக இருப்பதாக ராசராசன் தன் கிழத்தியிடம் அடிக்கடி குறைபட்டுக்கொள்வானாம். கடல் அலைகளை உறங்காதப் பாம்புகள் என்றே வர்ணிப்பானாம். வாளின் கைப்பிடியில் பாம்பைப் பொறித்தது கடலைக் கைக்கொள்வதின் அகங்காரம் எனச் செம்புலி மீசையை முறுக்கியபடி கதையளப்பார்.

0

பாம்பின் அகங்காரம், பேரரசனின் அகங்காரம், கடலின் அகங்காரம் இவை மூன்றாலானது சோழமனம். பாம்புப் புற்றின் மீதுதான் பெரியகோயிலின் ராசகோபுரம் எழுந்து நிற்கிறது. கருவறை லிங்கம் உயிருள்ள ஒரு விலங்கு. தன்னளவில் அதுவோர் ஆதிநாகம். சோழப் பேரரசிற்கும் முந்தைய நூற்றாண்டில் அப்பாம்பு அங்கிருந்த கறையான் புற்றில் புகுந்துகொண்டு அதை தனது வசிப்பிடமாக உரிமைகொண்டது. அந்தப் பாம்பு தன் முற்பிறவியில் பெண்ணாக இருந்தது. பேரழகியான அதன் பெயர் ஜெயராணி.

தஞ்சைத் தரணியில் ஆறு மாட்டு வண்டிகளில் தன் சுற்றத்துடன் கலை நிகழ்ச்சி நடத்த வந்தாள் ஜெயராணி. அந்தக் காலத்தில், இன்று பெரியகோயில் இருக்குமிடம் வாரச் சந்தை நடக்கும் இடமாக இருந்தது. அச்சந்தைத் திடலில் கூடாரம் அமைத்து ஆடல் பாடல் நிகழ்ச்சிகள் நடத்தி வந்தாள். அவள் அழகைப் பற்றி அரண்மனை வட்டாரத்தில் பேச்சானப் பேச்சுப் பெருகி, இலவம் வெடித்து விதைகள் பறந்து அரசனின் அந்தப்புரத்து மஞ்சத்தில் படிந்தன.

அரசன் தவித்தான். மாறுவேடத்தில் சென்று அவள் ஆட்டத்தைக் கண்டுவந்தான். கறுப்பிகள் சூழ்ந்த தனது அந்தப்புரத்து மங்கிய இருளை ஜெயராணியின் வருகை இல்லாமலாக்கி ஒளிக்கூட்டும். அவளைத் தனது அந்தப்புரத்துக்கு மட்டுமல்லாமல்

அரியணைக்கு அருகில் அமர்த்தி அரசவையையும் அலங்கரிக்க ஆசைக்கொண்டான். அவளது நிறம் தென்னாட்டவர்க்கானது இல்லை; வடவர்க்கே உரித்தானது. அவளது மஞ்சள் மேனி ஆரியர்க்கே உரித்தானது. தனக்கு இணக்கமான அமைச்சரை அவளிடம் தூது அனுப்பினான்.

அமைச்சர் வேறு செய்தியுடன் வெறுங்கையோடு திரும்பினார். திருச்சிராப்பள்ளியை ஆளும், நம் அரசனின் சொந்தத் தம்பி அவளிடம் வந்து போவதாகவும், தன்னுடன் அவளை நிரந்தரமாக வைத்துக்கொள்ளப் போவதாகவும் அவள் சொன்னதாகச் சொன்னார். அன்று இரவோடு இரவாக தஞ்சையைக் காலிசெய்துக்கொண்டு ஜெயராணி திருச்சியை அடைக்கலம் புகுந்தாள்.

தஞ்சை வேந்தன் தன் தம்பி மீது வெஞ்சினம்கொண்டு படையெடுத்தான். திருச்சியைத் தீக்கிரையாக்கினான். இன்று உச்சிப்பிள்ளையார் கோயில் இருக்கும் குன்றின் பாறைக் குகையில் தம்பி சில நாட்கள் மறைந்திருந்தான். தன் அண்ணனின் கொடும்படையால் தான் சுற்றி வளைக்கப்பட்டதும், குன்றின் உச்சியிலிருந்து கீழே குதித்துத் தற்கொலை செய்துகொண்டான். தஞ்சை வேந்தன் ஜெயராணியைச் சிறைபிடித்தான். அவள் தன் சேடி கலைராணியுடன் சோகமே உருவாய் தஞ்சை மண்ணை மிதித்தாள். அவளது பாதம்பட்டதும் நிலம் அதிர்ந்தது. ஆம், கி.பி. ஒன்பதாம் நூற்றாண்டின் துவக்கத்தில் ஒரு நிலநடுக்கம் தமிழகத்தை நொறுக்கியதை பதினொரு நூற்றாண்டுகளுக்குப் பிறகு புவியியலாளர்கள் நினைவுகூர்ந்துள்ளனர்.

0

செம்புலியின் கதையினூடே வளர்ந்து பெயரன்கள் பதின்வயதைத் தாண்டி நின்றனர். ஆற்றில் ஒரு கால் சேற்றில் ஒரு கால். ஆம், அப்படித்தான் தஞ்சை அரண்மனையின் கொலுமண்டபத்தில் ஜெயராணியின் கால்கள் நர்த்தனமிட்டன. அவள் ஆடல் மங்கைதான், ஆனால் அதுவரை அவளை, அவள் அனுமதியின்றி யாரும் தொட்டதில்லை. இன்று தஞ்சை மன்னனோ அவளை தினம்தினம் வல்லுறவுகொள்வதாகப் பொருமினாள். பழியாகத் தன் சேடி கலைராணியைக் கொஞ்சம் கொஞ்சமாக அரசவிவகாரங்களில் தலையிடவைத்து அரசனுக்குப் பெரும் மண்டைக் குடைச்சலை அனுதினமும் கொடுத்துவந்தாள்.

அரசனின் பட்டத்து மகிஷியின் மர்ம மரணம் ஜெயராணிக்குப் பலப்பல சௌகர்யங்களை உண்டாக்கித் தந்தது. மீசை முளைக்காத கரும்புலியான இளவரசனை தன் வசம்கொண்டாள். தன் இடமுலைக்காம்பில் இனிக்கும் தேறலும் வலக்காம்பில் கஞ்சாத் துவையலை பருத்தித் துணியிலிட்டுப் பிழிந்த கசந்தத் துளிகளும் துளிர்ப்பதைப் பருகிடப் பழக்கினாள்.

ஒருநாள் அதிகாலை காவிரியில் நீராட அரசனை அழைத்துச் சென்றாள். உடன் சேடியும் வந்தாள். தூக்கம் கலையாமல், போதை தெளியாமல் நதிக்குள் இறங்கிய அரசனை இருவரும் ஆழத்திற்கு இழுத்துச் சென்று சுழித்துக்கொண்டோடும் நீரில் அமுக்கிக் கொன்றனர். கரையில் எட்டிய தூரத்தில் காலைத் தென்னங்கள்ளைக் குடித்துக்கொண்டிருந்த குதிரை வீரர்களுக்கு, அரசன் சுழலில் சிக்கிக் காணாப் பிணமானான் என்று சொல்லப்பட்டது. ஜெயராணியும் கலைராணியும் சொன்ன சொல்லுக்கு மறுசொல் எதிர்ச்சொல் அறியாத மக்கள், சந்தைத் திடலில் பாம்புப் புற்று தோன்றியிருப்பதாகப் பேசிச் சென்றனர். ஆனால் அது வெற்று கறையான் புற்றாகத்தான் இருந்தது.

அரசன் காணாப் பிணமானான். இளவரசன், ஜெயராணியின் வளர்ப்பு விலங்கானான். ஆட்சியதிகாரம் முழுமையாய் ஜெயராணியின் வசம் வந்தது. கலைராணியின் நிலையில் எந்த மாற்றமும் நிகழாததில் பெருத்த ஏமாற்றம் அடைந்த அவள் சேடியாகவே பணி செய்துக்கிடந்தாள். ஆட்சியதிகாரத்தில் தன்னை அசைக்க முடியாத நிலைப்படுத்திக்கொள்ளவேண்டி தன்னைவிட பத்து வயது இளைய இளவரசனை ஜெயராணி மணம் செய்துகொண்டாள். தஞ்சைத் தரணி ஆற்றாமையில் தத்தளித்தது. இந்தத் திடீர்த் திருப்பத்தை கலைராணி எதிர்பார்த்திருக்கவில்லை. அவள் ஆடிப்போனாள். ஜெயராணி மீதிருந்த கோபம் நாள்பட கொலைவெறியாகப் பரிணமித்தது. சில அமைச்சர்கள் கலைராணியை ரகசியமாகச் சந்தித்தனர். அரண்மனைக்கு உள்ளேயும் வெளியேயும் ஒற்றர்களும் உளவாளிகளும் சந்துபொந்துகளூடாக மறைந்துத் திரிந்தனர்.

நிறைந்த முழுநிலா மேற்கில் சரியத்தொடங்கிய காலை காவிரியில் நீராட கலைராணியை ஜெயராணி அழைத்தாள். கலைராணிக்குத் தண்டுவடத்தில் பனி தைத்தது. காய்ச்சலாக

இருக்கிறது நாளை போகலாமே என சோம்பல் முறித்தாள். ஜெயராணி கடுகடுப்போடு அதிகாரத் தோரணையில் உடனே புறப்படு எனக் கத்தினாள்.

காவிரியில் வெள்ளம் பதற்றத்தோடு ஓடியது. இருவரும் படித்துறையில் மேலாடை கலைந்து நின்று பெருமூச்செறிந்தனர். இளம் இருட்டில் ஒருவரை ஒருவர் தழுவிக்கொண்டனர். ஜெயராணி, கலைராணியின் காதில் தீர்க்கமாகவும் தீவிரமாகவும் சொன்னாள்; 'என்னை மன்னித்துவிடு. இதைப் பலவாறு முயன்றும் என்னால் தவிர்க்க முடியவில்லை' என்றபடி தன் இடுப்பிலிருந்து குத்துவாளை உருவி கலைராணியின் மார்பில் ஓங்கினாள். அதற்குள் ஜெயராணியின் பிடரியிலும் முதுகிலும் தனது நஞ்சு தோய்ந்த பத்து விரல் நகங்களை ஆழமாகப் புதைத்திருந்தாள் கலைராணி. வழக்கம்போல ஜெயராணியும் நதியில் மூழ்கிக் காணாப் பிணமானாள்.

0

சில நாட்களில் சேடி தஞ்சைத் தரணியின் அரசியாக, தமிழக வரலாற்றில் முதல் பெண்ணாக நின்று முடி சூட்டிக்கொண்டாள். பெரியகோயில் ராசகோபுரம் பூமியிலிருந்து முளைப்பதற்குச் சரியாக நூறு ஆண்டுகளுக்கு முன்பு. அன்று கார் முகிலிலிருந்து மழைக்குப் பதிலாக நெல்மணிகள் தூறியதாக செம்புலி தனது கதையை முடிக்கும் முன்பாக, பெயரன்கள் தூங்கிவிட்டிருந்தனர். மூத்த மருமகள் எழுந்து சிறுநீர் கழிக்க கழிப்பறைக்குச் சென்றாள். மூத்த மகன் அதட்டலாகக் கிழவரைத் தூங்கச் சொன்னான். அவர் இரவைச் சபித்தபடி படுக்கையில் விழித்துக்கிடந்தார்.

விடிந்தது. மகன்கள் மளிகைக்கடைக்கும் பெயரன்கள் பள்ளிக்கும் சென்றிருந்தனர். நடுக்கூடத்தில் இருக்கையில் சாய்ந்தபடி செம்புலி செய்தித்தாளில் கருத்தூன்றி இருந்தார். சின்ன மருமகள் அடுப்படியில் எதையோ உருட்டிக்கொண்டிருக்க, மூத்தவள் மாமனாரின் அருகில் வந்தமர்ந்தாள். செம்புலி செருமிக்கொண்டார்.

மூத்தவள் பேசினாள்; 'மாமா இரவில் தூங்காமல் எத்தனை நாட்களுக்குத்தான் இப்படி விழித்துக்கிடப்பீர்? இளமையில் மனைவி செத்தத் துக்கத்தை முதுமையில் அனுபவிக்கிறீர்களா? உங்கள்

மனைவி உண்ணவிருந்த கட்டுச்சோற்றில் நஞ்சு கலந்து அவளைக் கொன்றுவிட்டு, பாம்புக் கடித்துச் செத்ததாகக் கதையளக்கிறீர். உண்மையை உங்கள் மகன் என்னிடம் சொல்லிவிட்டார். மாமா, குற்றவுணர்ச்சியில் தவிக்காதீர். வைப்பாட்டி ருசியால் மனைவியைக் கொல்லாதவன் யார்? வரலாறு நெடுகிலும் இது நடந்துதானே வந்திருக்கிறது. ஜெயராணியின் மீதான ருசியால் பட்டத்து அரசியை அரசன் கொன்றான். அதிகாரத்தின் மீதான ருசியால் அரசனைக் கொன்றாள் ஜெயராணி. கொண்ட பொறாமையால் இவளைக் கொன்றாள் கலைராணி. செத்தவள் பாம்பாக ஜென்மமெடுத்து சந்தைத் திடலில் எழுந்த கறையான் புற்றில் புகுந்தாள். ஒரு நாள் பாம்புக்குப் பால் வார்க்க வந்த கலைராணியைக் கொத்திப் பழித்தீர்த்தாள் ஜெயராணி. புற்றின் மீது ராசராசன் கோயில் எழுப்பினான். மாமா, வரலாற்றில் இக்கோயில் கண்ட பேரரசனைவிட பெரிய பாம்பு வேறு யார்? நீங்கள் பத்து நூற்றாண்டிற்கு முந்தைய வரலாறை இந்த நூற்றாண்டின் அரசியல் நிகழ்வுகளோடு சேர்த்துக் குழப்பிக்கொள்கிறீர். உங்களுடைய மூத்த மருமகளுக்கு ஜெயா என்றும் இளைய மருமகளுக்குக் கலா என்றும் பெயர் அமைந்தது திட்டமிட்ட ஒன்றல்ல. உங்கள் கையிலிருக்கும் செய்தித்தாளின் தலைப்புச் செய்தி என்ன?; மத்திய அரசு தமிழ் நாட்டில் இட்டிலியைத் தடை செய்தால் புரட்சி வெடிக்கும்'.

செம்புலி ஜன்னலின் வழியே தூரத்தில் தெரியும் பெரியகோயிலின் கோபுரத்தை வெறிக்கத் தொடங்கினார். தூக்கம் கண்களில் திரையிட்டது.

000 000

இரண்டு

இரும்பை. மாகாளம். இடிவிழுந்து சிவலிங்கத்தின் உச்சி சில்லாகப் பிளந்து மூளியான கடவுள். சுற்றுச் சுவர் இடிந்து எருக்கு அண்டிய பாழ்பட்ட கோயில். ஊருக்கு வெளியே சுடுகாடும் அதைத் தாண்டி கைவிடப்பட்ட இக்கோயிலும் பேய்களுக்கும் பாம்புகளுக்கும் உரிய இடமாயின. அழகிய குளம். அதைச் சுற்றிலும் மண்டிய முட்புதர்கள். குளத்தில் ஆண்டுக்கு இரண்டொரு பெண் பிணம் அம்மணமாக மிதக்கும்.

இடையில் ஒரு நான்கு முழ காவி வேட்டி. வெற்று மார்பில் ஒரு காவித் துண்டு. நெஞ்சுக்குழியில் உருண்டபடி இருக்கும் இருமுக ருத்ராட்சம். முடியற்ற வழுக்கைத் தலை. தாடைகளிலும் புருவமேடுகளிலும் மயிரற்ற பழுத்த மாம்பழ முகம். நெற்றி முழுவதும் திருநீறு. அதன் நடுவில் எரியும் வட்டக் குங்குமம். இந்தக் கிழவரின் பெயர் செம்புலி. ஊரில், வயதான இவரை இளமையில் கண்டவர் யாரும் இலர். பிறந்தபோதே முதிர்ந்து பிறந்தவர் என்றும், உடம்பே ஒரு ருத்ராட்சம் என்றும், சோழர் காலத்திய தஞ்சைப் பகுதியைச் சேர்ந்தவர் என்றும் பேச்சுண்டு. கோயிலில் இவருடன் ஒரு நல்லபாம்பும் வாழ்ந்து வந்தது. பாம்பைக் கிழவனாரின் மனைவி என்று சொல்லும் பெரியவர்களும் உண்டு. இரவில் கருவறைக்குள் சுருண்டுறங்கும்போது அப்பாம்பு நல்லதங்கம் என்னும் கிழவியாகிவிடும். கிழவியை இன்றுவரை பாம்பாகவன்றி மனித உருவில், வெள்ளிக்கிழமைதோறும் வந்துபோகும் கோயில் பூசாரி உட்பட யாரும் பார்த்ததில்லை.

கோயிலைவிட வயதில் இரண்டொரு நூற்றாண்டு இளையவரான செம்புலி இதுவரை யாரிடமும் பேசியதில்லை. பேச்சு ஆயுளைக் குறைக்கும் என்பதை ஆதிகாலம் முதலாய் அறிந்திருந்த அவர் அருகில் சென்றால் ஓம் ஓம் என்று முனகுவது கேட்கும். கோயில் வளாகத்தில் மண் தரையில் முளைத்தபடி இருக்கும்

செடி கொடிகளை எந்நேரமும் களையெடுத்தபடி அங்குமிங்கும் நடமாடும் கிழவரை ஆடுமேய்க்கும் சிறுவர்கள் மருட்சியோடு பார்ப்பார்கள். பாம்புடன் வாழும் கிழவரைப் பற்றிய நாட்டுப்புறக் கதையொன்று இம்மாவட்டத்தில் சொல்லக்கிடைப்பது இவரைப் பற்றியதுதான் என்பது யாருக்கும் தெரியாது. தன்னைப் பற்றிய இப்படியான ஒரு கதை காலத்தில் எப்பொழுதுத் தோன்றியது என்பதைக் கிழவரும் அறிந்ததில்லை.

காலத்தில் ஒருநாள், அல்லிக் குளத்தில் இரட்டைப் பிணங்கள் மிதந்தன. ஆடுமேய்க்கும் சிறுவர்கள் பயந்தடித்து ஓடிவந்து ஊரில் சொல்ல, இரும்பைக்காரர்கள் குளத்தங்கரையில் குழுமினர். இரண்டு பெண் பிணங்கள். நெடிய வாளிப்பான உடல்கள். கருங்காலி மரம்போல ஒருத்தி. வெடித்த பலா நிறத்தில் இன்னொருத்தி. ஒத்த வயதும் ஒருமித்த அழகும் விடைத்த அங்கமும் தழைத்த கூந்தலுமாக உறங்குவது போல இரண்டு உடல்கள் மிதந்தன. ஊர் ஆடவர்கள் எச்சிலைக் கூட்டி விழுங்கினர். கருங்கல் பாவிய குளப் படிகட்டுகளில் கொட்டிக்கிடக்குக் வேப்பஞ் சருகுகளில் சிலர் துணிந்து கால்வைத்து நடந்து நீருக்குள் இறங்கி நீந்தி பிணங்களைப் படிக்கரைக்கு இழுத்து வந்தனர். கரும் பிணத்தின் இடக்கால் கண்டைச் சதையில் பாம்பின் பற்தடம் பதிந்திருந்தது. சிவத்தவளின் பிடரியிலும் முதுகுத் தண்டுவடத் தடத்திலும் நகக்குறிகள் பதிந்திருந்தன. சிவத்தவளின் முதுகுப் பகுதி முழுவதும் நீலம் பாரித்திருந்தது. இலைகள் அடர்ந்த வேப்பங்குழைகளை ஒடித்து பிணங்களின் அங்கங்களை இரும்பைக்காரி ஒருத்தி மூடினாள்.

குதிரையிலிருந்து கீழே இறங்காமல் வெள்ளை அதிகாரி ஆங்கிலத்தில் கிராம நிர்வாகியிடம் சொன்னான்; 'பொந்திஷேரி பிரெஞ்சுப் பகுதியைச் சார்ந்த பிணங்கள். இவை வில்வநல்லூர் தேவரடியார்களாக இருக்கலாம். அவர்களுக்கே உரித்தான உடற்கட்டு. மாட்டுவண்டியிலேற்றி பிரெஞ்சுப் பகுதியில் வீசிவிடுங்கள். கொலை செய்யப்பட்டச் சடலங்களை பிரிடிஷ் பகுதியில் வீசியெறிவது அப்பகுதியினருக்கு வாடிக்கையாகிவிட்டது.' அடுத்த கணம், மரச் செறிவினூடே குளம்படிச் சப்தம் தேய்ந்து மறைந்தது.

0

பாம்பு கடித்துச் செத்தவர்கள் மறுபிறவியில் பாம்பாகப்

பிறப்பார்கள் என்ற நம்பிக்கைப்படி நல்லதங்கம் மீண்டும் பிறந்து செம்புலியைத் தேடியலைந்தாள்; பதினாறாம் நூற்றாண்டின் முதலாமாண்டின் தைத்திங்கள் முதல் நாளில் கிழவரைச் சேர்ந்தாள். நல்லதங்கத்தின் பாம்பு உருவைச் செம்புலியால் அடையாளங்காண இயலவில்லை. தன்னைக் கணவனிடம் அடையாளம் காட்ட பாம்பு மேற்கொண்ட முயற்சிகள் யாவும் தோல்வியில் முடிந்தன. பாடல் பெற்ற ஸ்தலங்களை நாடிச் செல்வதை வழக்கமாகக்கொண்டிருந்த செம்புலி பத்தொன்பதாம் நூற்றாண்டின் தொடக்கத்தில் இரும்பை மாகாளத்தை வந்தடைந்தார். பாம்பும் அவரைப் பின்தொடர்ந்துவந்து இக்கோயிலை அடைந்தது. கிழவரும் பாம்பும் இக்கோயிலில் அடைந்த நாள்முதலாய் அல்லிக்குளத்தில் பெண் பிணங்கள் மிதக்கலாயின.

மீன், தவளை, புழு பூச்சி எதுவும் அண்டாத குளம் இந்த வட்டாரத்தில் இது போல் வேறில்லை. அல்லிக்குளம் என்று பெயர் கொண்டதே தவிர ஒரு கொத்துப் பாசிகூட இந்த நீரில் வளர்வதில்லை. தாகத்திற்கு ஆடு மாடு எதுவும் நீரருந்தாது. அதே போல் எத்தனை வறட்சியிலும் குளம் இதுநாள்வரை வற்றியதில்லை. உயிர்ப்பே இல்லாத இக்குளத்திற்கு அல்லிக்குளம் என்ற பெயர் எப்படி வந்தது என்பது யாருக்கும் தெரியாது. ஆள் அண்டாத இக்குளத்தில் குளிப்பதும் தன் வேட்டியைத் துவைத்து அலசுவதும் செம்புலி போன்ற ஒருசிலருக்கு மட்டுமே சாத்தியம். அதிகாலையில் குளத்திலிருந்து சிறு பல்லாவில் நீர்க் கொண்டுவந்து லிங்கத்தின் மீது வார்ப்பதும், செம்பருத்திப்பூ ஒன்றை அதன்முன் வைப்பதும் கிழவருக்கு விருப்பமான செயல். குளத்தில் இறங்கி முகம் கைகால் கழுவும் வழிப்போக்கர்கள் வாய்க் கொப்புளிப்பதோ ஒரு மிடறு அள்ளி அருந்துவதோ கிடையாது. பிணம் மிதக்கும் குளத்திற்கு அல்லிக் குளம் என்று பெயர் வந்தது ஓர் இடக்கரடக்கலாக இருக்கலாம்.

குடிகள் கைவிட்டதால், பராமரிப்பற்ற கோயிலுக்குப் பூசாரி நாள் கிழமைகளில் மட்டுமே வந்துபோய்க்கொண்டிருந்தார். கருவறையில் லிங்கத்திற்கு அடியில் ஒரு பொந்து வசதியாய் இருக்க, நல்லதங்கம் அதனுள்ளேயே அடைந்தது. பார்ப்பதற்கு எல்லா நல்லபாம்புகளும் ஒரே தோற்றத்தில் இருப்பதால் செம்புலிக்குத் தன் மனைவியை மட்டும் பிரித்து அடையாளம் காணும் நுட்பம் கைவரப் பெறவில்லை. எனவே தன் வாழ்நாளில்

தான் எதிர்கொண்ட பாம்புகளைத் தன் வாழ்க்கைத் துணையாகவே பாவித்தார். யோசித்துப் பார்க்கும்போது வாழ்ந்த காலம் நெடுக்கிலும் ஏதேனும் ஒரு பாம்பின் அணுக்கமின்றி தான் தனித்திருந்ததில்லை என்பதில் அவருக்கு மனநிறைவுண்டு.

செம்புலி, இங்குமட்டுமல்ல தமிழகத்து மக்களிடையே புழங்கிவரும் தன்னைப் பற்றிய வாய்வழிக் கதைகளைத் தானும் பல்வேறு காலங்களில் பல்வேறு நிலங்களில் கேட்டிருக்கிறார். ஆரம்பத்தில், தன் துணைவியைத் தானே நஞ்சை ஊட்டிக் கொன்றதாகவும், பாம்பைக் கடிக்கவைத்துக் கொன்றதாகவும் இருவேறு வடிவங்களில் கேட்டிருக்கிறார். காலப்போக்கில் கதைகள் தாமே பல்கிப் பெருகி வெவ்வேறு மொழிபுகளில் தம்மை வெளிப்படுத்திக்கொள்ளத் தொடங்கின. ஒரு காலகட்டம்வரை அவற்றை சேகரிக்கத் தொடங்கினார். கதைகளின் பெருக்கம் அவரது நினைவடுக்குகளில் வரிசைபடுத்தப்பட்டன. ஒவ்வொரு நூற்றாண்டும் நூறு நூறு கதைகள்கொண்ட பெருந் தொகுப்புகளாகக் கட்டமைக்கப்பட்டன. காலப்போக்கில் செம்புலிக்கு வயதின் பாரம்கூடி மூப்பில் மூளைப் பழுத்து எல்லாம் மறந்துபோனது. இறுதியில் வெறும் நூற்றியெட்டுக் கதைகள் மட்டுமே ஞாபகத்தில் மீந்து நின்றன.

0

பிரெஞ்சுப் பகுதியைச் சார்ந்த கோயில்கொண்ட நகரமான வில்வநல்லூர் தேவதாசிகளான கறுப்பி, சிவப்பி இருவரின் சடலங்களும் ஒற்றை மாட்டு வண்டியில் அதிர்ந்துகொண்டிருந்தன. இரும்பைக்குள் நுழைவதைத் தவிர்த்து ஊரைச் சுற்றிக்கொண்டு இடையர் சாவடி வழியாக குயிலாப்பாளையம் முந்திரிக் காட்டுப் பாதையில் வண்டி சென்றுகொண்டிருந்தது. சிவப்பு, மஞ்சள் நிறங்களில் முந்திரி பழுத்துக் குலுங்கின. வண்டிக்காரன் வண்டியிலிருந்தபடியே பழங்களைப் பறித்து தோள் துண்டில் சிறு மூட்டையாகக் கட்டிக்கொண்டான். பாதையை மறிக்கும் செம்மண் குன்றுகள். குத்திட்டு நிற்கும் கற்றாழைகள். இடையிடையே வேலியிடப்பட்ட மாந்தோப்புகள். வெடித்த பலாப்பழ வாசம். கறையான் புற்றில் பாம்புகள் அடைந்த செம்மண் பூமி. வண்டி குயிலாப்பாளையத்தை நெருங்கிக்கொண்டிருந்தது. வடக்காகவும் கிழக்காகவும் பாதை இரண்டாகப் பிரிந்தது. வடக்கில் சென்றால்

பாதை கழுவெளி ஏரிக்குச் சென்று சேரும். ஆளுயர கோரைகள் வளர்ந்த சதுப்புநிலத்தில் பிணங்களை வீசிவிட்டுச் சென்றுவிடலாம்; நரிகளுக்கும் கழுகுகளுக்கும் ஒருவேளை ருசியான கொழுத்த விருந்து. ஆனால், அதிகாரியின் உத்தரவுப்படி புதுச்சேரியின் எல்லையில்தான் போட்டுவிட்டு ஊர்த் திரும்பவேண்டும். கிழக்குப் பாதையில் மாட்டை விரட்டினான். நிமிர்ந்த பனையின் பொட்டல் காட்டிற்கு வண்டி வந்துவிட்டிருந்தது. பனைக் காட்டினூடாக தூரப்பார்வையில் நீலக்கடல் பளீரென விரிந்தது. புதுச்சேரிக் கடல். உப்பு வாடைக் கலந்த காற்று வண்டிக்காரனின் பெருத்த கீழுதட்டில் கரித்தது.

மரக்காணம் பெருஞ்சாலையில் சக்கரங்கள் ஏறி நின்றன. பொழுது உச்சியைத் தாண்டி மேற்கில் சரிந்துகொண்டிருந்தது. வண்டிக்காரன் பிணங்களைப் பார்த்தான். தலைமுதல் கால்வரை வெளித் தெரியாமலிருக்க பச்சைத் தென்னம் மட்டைகளால் அவை மூடப்பட்டிருந்தன. உப்பு மூட்டைகளை ஏற்றிக்கொண்டு இரட்டை மாட்டு வண்டியொன்று புதுச்சேரிக்கு அசைந்து அசைந்து சென்றது. ஆள் நடமாட்டமில்லாத சரலைக்கல் பாவப்பட்ட சாலையில் வண்டி மீண்டும் நகர்ந்தது. பொம்மையார் பாளையம் எல்லையில் ஆலமரத்தடியில் கிழக்கு நோக்கி ஒரு வண்டிப்பாதை இறங்கியது. தூரத்தில் ஐயனார் சிலையும் குதிரையும். சற்றுத் தள்ளி ஒரு மொட்டைப் பனை. வண்டியைப் புதர் மறைவில் நிறுத்தினான். சடசடவென மட்டைகளைக் கீழே சரித்து, காலைப் பிடித்திழுத்து, பிணங்களைப் பாதையோரமாக இழுத்துப் போட்டான். இரண்டின் உடலிலும் பொட்டுத் தங்கம் இல்லை. பிணங்களைப் பார்த்து மாடு மிரண்டது. மாட்டை அதட்டி உருட்டி வண்டியைத் திருப்பினான். எட்டிய தூரத்தில் விழிகளை உருட்டி முறைத்த ஐயனாருக்குக் கும்பிடுபோட்டபடி மாட்டை விரட்டினான். மரக்காணம் சாலைக்கு வந்த வண்டியை தெற்கு நோக்கித் திருப்பினான். பிரெஞ்சு எல்லைக் காவலர்கள் வெற்று வண்டியை வெறுமனே பார்த்துக்கொண்டிருந்தனர்.

0

நான்கு முனைச் சுமைதாங்கி. பரந்தத் திடலில் கிளைகள் பரப்பிய அரசமரத்தடியில் பத்திற்கும் மேற்பட்ட மாட்டுவண்டிகள் அவிழ்த்துப் போடப்பட்டிருந்தன. வண்டிக்காரன் தனக்கான

ஓரிடத்தைத் தெரிவுசெய்து, மாட்டை நுகத்தடியிலிருந்து விடுவித்து அருகிலிருந்த காணிக் கல்லில் கட்டினான். வண்டியின் அடியில் கோணிப்பையில் பொதிந்திருந்த வைக்கோல் மூட்டையைப் பிரித்து மாட்டிற்கு முன் பரத்தினான். மரத்தடியில் குத்துக்காலிட்டு அமர்ந்திருந்த லாடங்கட்டும் கிழவர் இவனைக் கண்டதும் எழுந்து வந்து; 'என்னடா மணி இந்தப் பக்கம்?' என்று சுருட்டைப் புகைத்தபடி கேட்டார். "ஒம்மப் பாத்து லாடம் கட்டத்தான் வந்தேன். பொழுது சாஞ்சிடுச்சி. கள்ளு குடிச்சி நாளாச்சி. காலம்பர எல்லாத்தையும் முடிச்சிகிட்டு போவணும். மாட்ட பாத்துக்க. வண்டிக் குச்சியில முந்திரிப் பழம் முடிஞ்சி வச்சிருக்கேன். கொட்டய நீ எடுத்துக்க. பழத்த மாட்டுக்குப் போடு. பொழுது போயி நீ தின்னாத."

மணி வேட்டியை அவிழ்த்து உதறி இடுப்பில் இறுக்கிக் கட்டினான். கோவணத்தில் முடிந்திருந்த பணத்தை இடுப்பில் செருகிக்கொண்டான். எட்டிய தூரத்திலிருந்த, தென்னைச் சூழ்ந்த கள்ளுக்கடையில் கூட்டம் நிறைந்திருந்தது. பெரிய கீற்றுக் கொட்டகை. கள் விற்பவரின் மேடையைச் சுற்றி பரபரப்பாக வியாபாரம் நடந்துகொண்டிருந்தது. கல்லாவிலிருந்த கிராமணி இவனைக் கண்டதும், அந்தப் பரபரப்பிலும் பரிச்சயப் புன்னகை செய்தார். மாடத்தில் மதுரைவீரன் வெள்ளையம்மாள், பொம்மி சமேதராய் வரையப்பட்டிருந்தது. படத்திற்கு சாமந்தி மாலைச் சூடப்பட்டிருந்தது. மணி, இரண்டு மொந்தைகளில் கள் வாங்கினான். ஆங்காங்கே பலகாரக் கடைகளில் எண்ணெய் விளக்குகளை ஏற்றிக்கொண்டிருந்தனர். அக்காக் கடையொன்றில் பரப்பப்பட்டிருந்த ஆற்று மணலில் அமர்ந்தான். முட்டை தோசை, கருவாட்டுக் குழம்பு, நண்டு பொரியல், மீன் வறுவல், ஆட்டு ரத்தப் பொரியல், குடல் கறி, அவித்த முட்டை, அவித்துத் தாலித்த பயறு வகைகள், அவித்த வள்ளிக் கிழங்கு, பனங்கிழங்கு, வேர்க்கடலை எனத் தன்னைச் சுற்றிப் பரப்பப்பட்டிருந்தத் தொடுகறிகளை அக்காள் வறுத்தெடுக்க, அவற்றை கேட்டவர்க்குக் கொடுத்துக்கொண்டிருந்தாள்; முகச்சவரம் செய்துகொள்ள ஒய்ச்சலற்ற ஒருத்தி.

தான் எதிர்பார்த்தது அங்கு இல்லாததால் மொந்தைகளைத் தூக்கிக்கொண்டு பக்கத்துக் கடைக்குச் சென்றான். அவன் விரும்பியது அங்கிருந்தது. பிரெஞ்சுப் பகுதிக்கே உரிய

மாட்டிறைச்சியின் செய்நேர்த்தி வேறெங்கும் கிடையாது. மாட்டுக் குடலுடன் வாழைத்தண்டு கூட்டு, பச்சை மிளகாய் சரிபாதி சேர்த்த ரத்தப் பொரியல், வால் கொத்துக்கறி பிரட்டல், நாக்கு வறுவல், பசுமடி காரத்தொக்கு, விலாப்பட்டை காய்ந்த மிளகாய் சுக்கா, சுவரொட்டி ஈரல் வறுவல், தோசைக் கறிக்குழம்பு, முழங்கால் எலும்பு, இட்லி தலைக்கறி பிரட்டல் எனக் கேட்டுப் பெருங்கூட்டம் விறகடுப்பைச் சுற்றி நின்றது. மரமேசை மீது வாழையிலையைப் பரப்பி அதன் மீது வறுத்துக் கொட்டப்பட்ட இறைச்சியின் வாசம் நாக்கில் சுவை நரம்புகளைச் சுண்டி இழுத்தது. நாக்கில் எச்சிலூறும் குடைச்சல். அடுப்புக் கங்குகளில் நெற்றி வியர்வையை வழித்து வார்த்தான் மீசைக்காரன். மீசைக்காரியிடம், மந்தாரை இலையில் தோசைக் கறிக்குழம்போடு கன்றுக் குட்டி முழங்கால் எலும்பை விரும்பிக் கேட்டு வாங்கிவந்து மணலில் அமர்ந்தான் மணி. தலைக்கு மேலே கவிழ்ந்தத் தென்னை மட்டைகளூடாக முழு நிலா வெளிச்சமிட்டது. ஆசுவாசத்துடன் கள்ளை உறிஞ்சினான்.

0

கிழவரும் மணியும் மாட்டின் கழுத்தை அணைத்து லாவகமாகக் கீழேச் சரித்தனர். முன்னங் கால்களையும் பின்னங் கால்களையும் இணைத்துக் கட்டிய கிழவர் மரப் பெட்டியை முன் நகர்த்தினார். அதனுள்ளிருந்து பிறை வடிவ லாடங்களையும் செவ்வகக் கொண்டை ஆணிகளையும் தேர்ந்து எடுத்தார். குளம்பில் பதிந்திருந்தத் தேய்ந்த லாடங்களை சிற்றுளியால் நெம்பிப் பெயர்த்தெடுத்தார். குளம்புகளின் அடிப்பகுதிகளைச் சமமாகச் சீவி லாடங்களைப் பொருத்தி ஆணியடித்தார். லாடத்திற்கு வெளியே தெரியும் குளம்பின் ஓரங்களை பிசிறில்லாமல் சீவி ஒழுங்குபடுத்தினார். கால் கட்டுக்களை அவிழ்த்ததும் மாடு தன்னை உதறிக்கொண்டு எழுந்தது. மாட்டின் நான்குக் கால்களும் புதியதாயின. அவற்றிலொன்றை நேற்றிரவு கடித்து இழுத்து உறிஞ் சியதை நினைத்து மணி நெற்றிச் சுருங்கினான்.

கருவடிகுப்பம் செல்லும் அகண்ட செம்மண் பாதையின் இரு மருங்கிலும் வரிசையாக ஆலமரங்கள். மாடு உற்சாகமாக ஓடியது. மேற்கிலிருந்து கிழக்காக வெள்ளேரி பாதையை அறுத்து ஓடியது. ஏரி என்ற பெயரில் ஒரு வாய்க்கால். செம்மண் நீரோடையில் கால் வைக்கத் தயங்கி மாடு மிரண்டது. மணி அதன் முதுகில் குச்சியால் அடித்து விரட்டினான். சக்கரத்தின் அச்சுவரை நீரில் மூழ்கியது.

பாதசாரிகளுக்கானசிறிய மரப்பாலத்தின்மீது குடியானவப்பெண்கள் என்னவோ கேட்டு மணியைச் சீண்டிவிட்டுச் சிரித்தபடிக் கடந்து மறு கரையேறினர். மாட்டின் அடிவயிறு நீரில் நனைந்து உடம்புச் சிலிர்த்தது. மீண்டும் பாதையிலேறி ஆலங்காட்டுக்குள் வண்டி நுழைந்தது. கிளிகளின் கூச்சல், பொழுதுச் சாயும்வரை அடங்காது. காட்டினுள் மதில் சுவரிட்ட மாபெரும் சுடுகாடு. அரிச்சந்திரன் கோயிலைப் பார்த்துக் கும்பிட்டான். இரண்டொரு பாடைகள் சரிந்துக் கிடந்தன. காலையிலேயே, சாம்பலைப் பறித்தெடுத்து, கீழே பிளந்த சவுக்கையை அடுக்கி, சுற்றிலும் விறட்டிகளைப் படகு போல அடுக்கி சிதைக் குழியை தயார் செய்துகொண்டிருந்த வெட்டியான் மணியைத் தலை நிமிர்த்திப் பார்த்தார். மூங்கில் புதருக்குள்ளிருந்து குயில் கூவியது. உயரமாக எழுப்பிய களிமண் பாதை பார்க்கவ உடையான்பட்டை நோக்கி ஓடியது. இருபுறமும் வயல். மீண்டும் ஒரு நான்குமுனைப் பாதைகளின் சந்திப்பை எதிர்கொண்டான். சிவப்புத் தொப்பி அணிந்திருந்த பிரெஞ்சுக் காவலர் இருவர் மணியை முறைத்துப் பார்த்தனர். அவர்களுக்கு பவ்வியமாக வணக்கம் செய்து, மாட்டை திண்டிவனம் நோக்கியப் பாதையில் விரட்டினான். பாதை செங்குத்தாக ஏறி, சமதளப் பாதையில் ஓடிய மாட்டிற்கு இரைத்தது. ஐந்து கல் தொலைவைத் தாண்டி வடகிழக்காய் வண்டிப்பாதை குண்டுக்குழியாய் இருந்தது. பிரெஞ்சு எல்லை முடிவில் ஒரு பெண்மணி பெரிய மரவையில் கூழும் தயிரும் விற்றுக்கொண்டு நின்றாள். வண்டியை விட்டிறங்கி கைக்கால்களை உதறியபடி அவளெதிரில் நின்றான்.

0

உச்சிவேளை. இரும்பைக் கோயில் மதிலோரம் வண்டியை நிறுத்திவிட்டு அல்லிக் குளம் நோக்கி நடந்தான். தலையில் உரசிய வேப்பங் கிளையைத் தாழ்த்தி சிறு குச்சியை உடைத்து பல் துலக்கியபடி குளப்படிகட்டில் நின்று, வேட்டியை அவிழ்த்து மேல்துண்டோடு நீரில் முக்கி நனைத்து அலசிப் பிழிந்து தக்கைப் பூண்டுச் செடிகளின் மேல் காயப்போட்டான். வாயிலிருந்த குச்சியை தூர எரிந்துவிட்டு எச்சிலைக் கூட்டிக்கூட்டித் துப்பினான். அப்படியும் வாயில் வேப்பங்கசப்பு இருந்தது. நீரில் இறங்கி மூழ்கினான். நேற்று இதே இடத்தில் பிணங்கள் மிதந்தன. அவை இப்போது என்னவாகியிருக்கும்? பிணங்களைப் பற்றிய யோசனையோடு தன் உடம்பைத் தேய்த்தான். மிகக் கவனமாக வாய்க் கொப்புளிப்பதைத் தவிர்த்துப் படியேறினான்.

000 000

மூன்று

பல ஆண்டுகள் வளர்ந்து பல நூற்றாண்டுகளாகிப் போனது; செம்புலியின் தனித்த வாழ்க்கை. ஒற்றை உடம்புக்குள் பல நூறு ஆண்டுகளின் வரலாறு படிந்துப் படிந்து கெட்டித்தட்டிப்போன ஒரு கதைகூறலாய் இருந்தார். பழுத்துச் சுருங்கி இறுகிய அவருடைய தோற்றப் பொலிவு பெரிய ருத்ராட்சம் போல இருந்ததால் சில பத்தாண்டுகள் அவர் ருத்ராட்சன் என அழைக்கப்பட்டார். இடையில் தன் வாழ்க்கையில் எங்கிருந்தோ ஒரு பாம்பு வந்து நுழைந்ததை அசௌகர்யமாகவே உணர்ந்தார். தான் காலத்தின் எல்லையின்மையுள் இரண்டறக் கலந்தபோது, பாம்பு தன் வால் முனையை வாயால் கவ்வியதைக் கண்டார். இனி, தாம் பாம்பால் வழிநடத்தப்படுவோம் என்பதை உக்கிரமாக உணர்ந்தார்.

பாம்பாய் வாழ்வதைவிட பாம்பால் வழிநடத்தப்படுவது கொடுமையானது. ஒரு நூறு முகம் கொண்ட ஒற்றைப் பாம்பு. பாம்புடன் வாழும் வலியை சிவனுக்குப் பிறகு செம்புலி மட்டுமே அறிவார். பாம்பை யாராலும் கொல்ல முடியாது; அதன் உயிர் அது பற்றிய கதையில் உள்ளது. கதையைக் கடவுளாலும் கொல்ல முடியாது. கடவுள் கதைக்குள் அடங்கிவிடுவதால், ஆகப்பெரியதாகக் கதையே எல்லையற்று விரிகிறது. செம்புலி நூற்றியெட்டுக் கதைகளால் ஆனவர். ஆனால், எல்லாக் கதைகளுக்குள்ளும் பாம்பு இருப்பதால் அவரால் ஒருபோதும் தனித்து வாழ இயலவில்லை. நல்லதங்கம் பாம்பாகித் தன்னை வழிநடத்துவதை அவரால் ஏற்கமுடியவில்லை. வன்முறை இல்லாத தண்டனை, தனிமையைவிடப் பெரியது வேறில்லை. அலங்காரத்திற்காக நிறுத்தப்படும் கோயில் யானையால் மட்டுமே அதை உணரமுடியும்.

இரும்பைக் கோயிலில் நிழலுக்காக ஒதுங்கும் வழிப்போக்கர்களும் கடவுளைத் தேடிவரும் அடியார்களும்

செம்புலியிடம் வாயாறப் பேசுவார்கள். கிழவரும் தன்னைப் பற்றி அரிதாகப் பேசுவார். ‘பெரியவரே, உங்கள் வயது என்ன இருக்கும்?’ என்று கேட்டால், மிகத் தணிந்த குரலில், ‘ஆயிரத்தைத் தாண்டிவிட்டது’ எனச் சொல்வார். கேட்டவர் குழப்பத்தோடு புருவங்களை உயர்த்தினால், ‘சோழர் காலத்தில் பிறந்தவன். பெரிய கோயில் குடமுழுக்கு அன்று பொஞ்சாதியைக் கொன்றவன். அவள் பெயர் நல்லதங்கம். அவளை நல்லபாம்பு என்றுதான் செல்லமாக அழைப்பேன். முள்ளை முள்ளால் எடுப்பதுபோல் பாம்பைப் பாம்பால் கொன்றேன். எனக்கு இரண்டு பிள்ளைகள். தஞ்சாவூரில் மளிகைக் கடை வைத்திருக்கிறார்கள். அக்காள், தங்கையைத் தேடிப் பிடித்து என் பிள்ளைகளுக்கு மணம் முடித்தேன். மருமகள்கள் இரட்டையர்கள். ஜெயராணி, கலைராணி. இருவரும் கொடும்பாவிகள். அவர்களையும் கொன்றேன்.’ செம்புலி அதற்குமேல் பேசமாட்டார். பேச்சுக்கொடுத்தவர் அந்த இடத்தைவிட்டு நழுவிவிடுவார்.

0

செம்புலியின் குலவழக்கப்படி அவருடைய இரண்டு மகன்களும் பெயரற்று வளர்ந்தனர். பாவம், நல்லதங்கம் தம் மகன்களின் பெயர்களை அறியும் முன்னமே செத்தவிட்டதால் பாம்பாக மீண்டும் பிறந்தபோதும் மகன்களை அவளால் அடையாளம் காண முடிந்ததில்லை. பெயரற்றிருந்த தம் பிள்ளைகளை அவளால் ஞாபகம்கொள்ள முடியவில்லை. இரு மகன்களும் குல வழக்கப்படி திருமணம் முடித்தப் பெண்களின் பெயர்களை ஆண்பாலாக்கித் தமக்குச் சூட்டிக்கொண்டனர். முறையே மூத்தவனுக்கு ஜெயராசன் என்றும், இளையவனுக்கு கலைராசன் என்றும் பெயர்கள் அமைந்தன. பிறந்ததும் பெண்ணுக்குச் சூட்டப்படும் எந்தவொரு பெயருக்கும் இணையான ஆண்பால் பெயரை ஆக்கியப் பிறகே, எந்தவொரு பெண் குழந்தைக்கும் பெயர் சூட்டப்படும். திருமணமாகாத வரைக்கும் ஆண்கள் தம் தந்தையின் பெயராலேயே அடையாளப் படுத்தப்படுவர். திருமணம் ஆகாத ஆண்கள் மரணம்வரை பெயரற்றே இருப்பர். நல்லதங்கத்தின் ஆண்பால் பெயரும் நல்லதங்கமாக அமைந்துவிட, பெயர்க் குழப்பத்தைத் தவிர்க்கக் கணவனை செம்புலி என்ற செல்லப் பெயரிட்டு அழைத்தாள். நாளடைவில் அப்பெயரே அவருக்கு நிலைத்துவிட்டது. ஆக, செம்புலியின் இயற்பெயர் நல்லதங்கம்

என்பதை அவருடைய மகன்களும் அறிந்திலர்.

இரும்பைக் கோயிலின் இருண்ட மூலையில் ஈச்சம் பாய்மீது படுத்திருக்கும் செம்புலி தனகுத்தானே பேசிக்கொண்டிருப்பார். ஒலி குறைந்த மந்திரம்போல தற்பேச்சு இருக்கும். உற்றுக் கேட்டால் யாரிடமோ தன் கதையை அவர் சொல்லிக்கொண்டிருப்பது தெரியும். பெரும்பாலும் நல்லதங்கத்தின் மீதான புகாராக அது இருக்கும். அன்று அவர் பேச்சு இப்படியாக இருந்தது; 'சிலர் செல்லப் பிராணிகளை தங்களுடன் வீட்டில் வைத்து வளர்ப்பார்கள். ராசராசன் கொள்ளிடத்து முதலையொன்றை பல ஆண்டுகளாக வளர்த்துவந்தான். ராசேந்திரன் கீரிப்பிள்ளைகளை வளர்த்தான். குலோத்துங்கனின் அமைச்சர் ஒருவர் – அநாதைப் பெண் கரடி ஒன்றை குட்டியிலிருந்து வளர்த்துவந்தார். அது பருவம் அடைந்ததும் அதனுடன் பாலுறவு வைத்திருந்தார். குதிரையை இச்சிக்காத அரச பெண்டிர் உலகில் உண்டா? நானும் என் ஆசைக்கு உகந்த செல்லப் பிராணியாக ஒரு பாம்பை வளர்த்தேன். அதை போகித்து இரண்டு பிள்ளைகளைப் பெற்றேன். தக்க சமயத்தில் அவர்களுக்கு மணம் முடித்தேன். வந்த மருமகள்களுக்கு என் மகன்கள் வீட்டு விலங்குகளானார்கள். வழிவழிவந்த மளிகைக் கடையைப் பிடுங்கிக்கொண்டு, நான் சம்பாதித்துச் சேர்த்த வீடு வாசல் கார் வங்கிக் கணக்கு என எல்லாவற்றையும் அபகரித்துக்கொண்டு, பெரியகோயில் வாசலில் சுற்றுலாப் பயணிகளிடம் கையேந்த விட்டுவிட்டார்கள்.' செம்புலி தூங்கும்போதும் முனகிக்கொண்டே இருப்பார். உதடுகள் அதிர்ந்தபடி இருக்கும்.

செம்புலி தூங்கும்போதும் சிந்தித்துக்கொண்டிருப்பதால், அவர் விழிப்பிலும் உறக்கத்திலுமாக ஒரே காலத்தில் இரண்டு வாழ்க்கைகளை வாழ்ந்துகொண்டிருந்தார். மனைவி இறந்த பிறகு அவருக்குக் கனவுகள் வருவதில்லை. மாறாக விழிப்பில் நிகழும் வாழ்க்கையின் காலப் போதாமையால் அவர் உறக்கத்துக்குள்ளும் அன்றாட நிகழ்வுகளைப் பிரக்ஞையோடு கட்டமைத்துக் கொண்டார். உறக்கம் என்பது உடம்புக்குத் தானேயொழிய பிரக்ஞைக்கானது இல்லை என்பதை தன் வாழ்வின் இயக்க விதியாகக்கொண்டிருந்தார். தஞ்சை ராசகோபுரத்தின் உச்சியிலிருந்து பார்வைக்கு எட்டிய தூரம்வரை தன் வாழ்வெல்லையை அவர் வரையறுத்தார். அக்கோபுரம் சரிந்து பூமியுள் புதையும்போது தன் உடலும் புதையும் என தன் உயிர் எல்லையை வரையறுத்தார்.

30 ~ ~ ~ நல்லபாம்பு: நீல அணங்கின் கதை

ஆனால், காலத்தின் போக்கில் தனது சொந்த பூமியை வெறுத்தார். ராசகோபுரத்தின் நிழல் பூமியில் விழுகிறதோ இல்லையோ இனி தன் நிழல் இத்தரையில் விழக்கூடாது என்ற வைராக்கியத்தில் நாட்டைவிட்டு வெளியேறினார்.

நாட்டைவிட்டுத் தன்னைத்தானே வெளியேற்றிக்கொண்டவர், சோழக்கடல் ஓரமாகவே வடக்குத் திசை நடந்து எல்லைத் தாண்டி தொண்டை நாட்டுக்குள் நுழைந்தார். நிலம்போலப் பிளவுபடாதக் கடல் பரப்பு செம்புலியை ஈர்த்தது. கடலின் ஆழமும் அகலமும் நீலகண்டனின் கழுத்தைச் சுற்றியப் பாம்பைப் போன்றது. நிலத்தைச் சுற்றி வளைத்தப் பாம்பு. பாம்பிடமிருந்து எந்தப் பேரரசும் தப்பமுடியாது. ஈசனையே சுற்றி வளைத்துவிட்ட பாம்பின் முன் தனியொருவன் எம்மாத்திரம்? செம்புலி உள்நிலம் ஏகி, இரும்பை வந்து சேர்ந்தார். கடற்கரையோரமாகவே ஈர மணற்பரப்பில் ஊர்ந்துவந்து நல்லதங்கமும் கோயில் கருவறையுள் புகுந்தது.

கதிர் மேற்கில் சாயும் பொழுதில் செம்புலி குளப்படிக்கட்டில் அமர்ந்து நீரையே உற்றுப் பார்த்தபடி இருப்பார். அவரைச் சூழ்ந்த வேம்பின் கசந்த மணம். உயிரற்ற நீர், படியில் அமர்ந்தவரின் பாதங்களை நனைத்தபடி இருக்கும். இதுநாள்வரை குளத்தில் முழ்கி அடி மண்ணை யாரும் தொட்டதில்லை. முடிவற்ற ஆழம். அது குளம் இல்லை, புள்ளியில் சுருங்கிய கடல் என்பதை செம்புலிதான் கண்டறிந்தார். அக்குளத்தை அவர் நீலகண்டம் என்றழைத்தார். அவர் எங்கே போனாலும் நாய்க்குட்டி போல பின்னாலேயே ஊர்ந்துவரும் நல்லதங்கம் குளப்படிக்கரைக்கு மட்டும் வருவதில்லை. ஆண்டுக்கு இரண்டொருமுறை மிதக்கும் எந்தவொரு பெண்பிணத்தையும் தம் மருமகள்களின் பெயர்களிலேயே ஞாபகத்தில் பதிந்து வைப்பார்.

அதுவொரு பாதரசக் குளம். நீரின் வெறிச்சோடிய நிறம். பாலை நிலம்போல ஒரு பாலைக் குளம். உயிரற்ற அதில் சுற்றிலும் அடர்ந்த வேம்பின் நிழல் மட்டுமே ஆடும். முந்நூறுக்கு முந்நூறடி சுற்றிலும் கருங்கல் அணைந்த நீர் நிலை. முழுநிலா இரவில் அசையாத நீரும் கல்லாய் பரிணமித்ததாய்த் தோன்றும். ஊரால் கைவிடப்பட்ட கோயில்; கோயில்கொண்ட கடவுளால் கைவிடப்பட்ட குளம். பூமியைக் குடைந்துப் புரையோடிய ஆழம்; உள்ளின் உள்ளே நீரின்

வெட்டவெளி. உலகில் உயிரற்றவைக்கு அழிவில்லை. தானும் ஓர் உயிரற்ற இருப்பா என்ற சந்தேகம் எழும்போது, நீருக்குள் மூழ்கி அதன் ஆழவெளியில் தொலைந்துவிடலாமா எனக் கிழவருக்குத் தோன்றும். பூமியின் மேற்பரப்பில் உயிருள்ள கூட்டத்தில் தொலைந்து போனதால்தானே இன்னும் உயிரோடிருக்கிறோம் என்றும் நினைப்பார்.

0

வாழ்ந்த வாழ்க்கையில் உயிரோடு ஒட்டிய உறவுகள் என அமைந்தவை, தன்னையும் சேர்த்து வெறும் பத்து மட்டுமே. நல்லதங்கம், செம்புலி, இரண்டு மகன்கள், இரண்டு மருமகள்கள், நான்கு பெயரன் பெயர்த்திகள், செம்புலி பெருமையோடு தன்னை பத்துத் தலையோன் எனச் சொல்லிக்கொள்வார். ஆனால், இரவோடு இரவாக வீட்டைவிட்டு ஒற்றைத் தலையோடு வெளியேறினார்.

காலத்தில் அன்றொரு நாள் பஞ்சம் பிழைக்க மனைவி மக்களோடு நெல்சோறு மணக்கும் தஞ்சைக்குள் ஒரே சொத்தான மாட்டு வண்டியில் தட்டுமுட்டுச் சாமான்களைக் கட்டிக்கொண்டு நுழைந்தபோது முதலில் கண்ணில்பட்ட ராசகோபுரத்தைப் பார்த்துக் குடும்பமே கைத்தூக்கிக் கும்பிடுபோட்டது. நெல் அவியும் மணமும் நல்லபாம்பின் மணமும் ஒன்றே போலானது என்பதை செம்புலி அறிந்திருக்கவில்லை. வயல் அறுப்புக் கண்டிருந்தது. தூரத்தில் கேணியைக் கண்டதும் செம்புலி வண்டியை நிறுத்தினான். மாட்டை அவிழ்த்து வயலில் அடிக்கட்டைகளை மேயவிட்டான். தோண்டியை தூக்கிக்கொண்டு கேணியை நோக்கிப் போனான். குடிக்க நீர் வந்ததும் நால்வரும் பசியாறி, நிழலாடிய ஆல மரத்தடி அடர் நிழலில் இளைப்பாறினர். பிறகு, வண்டியில் மாட்டைப் பூட்டி நகரத்தை நோக்கி ஓட்டினான். மாடு உற்சாகமாக ஓடியது. நல்லதங்கத்துக்குத் தூக்கம் தூக்கமாக வந்து கண்கள் நிலைகுத்தின. வாயில் நுரைத்தள்ள, குழந்தைகள் குய்யோமுய்யோவென்று கூப்பாடு போட, பதறியடித்து செம்புலி வண்டியை நிறுத்தினான். அதற்குள் வண்டி நகரத்திற்குள் நுழைந்துவிட்டிருந்தது.

மாட்டுவண்டியில் பிணத்தை வைத்துக்கொண்டு நகரத் தெருக்களில் தரிக்க இடம்தேடி அலைந்தான். பையன்கள் தாயைக் கட்டிக்கொண்டு பதறிக்கொண்டிருந்தனர். கோயில் குடமுழுக்கு. எங்கும் கொண்டாட்டம், கோலாகலம். தாரைத் தப்பட்டை

ஒலியில் மாடு மிரண்டது. படைவீரர்கள் போக்குவரத்தை ஒழுங்குபடுத்திக்கொண்டும், மாட்டுவண்டிகளை விரைந்து ஓட்டச்சொல்லி விரட்டிக்கொண்டுமிருந்தனர். யானைகளும் பல்லக்குகளும் குதிரை வீரர்களும் புலிக்கொடித் தோரணங்களும் அரண்மனைப் பெண்களும் நடன நங்கையரும் வேசிகளும் திருடர்களும் கூச்சல்களும் குழப்பங்களும் கொலைவெறித் தாக்குதல்களும் நிறைந்த சூழலில் நல்லதங்கத்தின் உடல் பனிக்கத் தொடங்கியது.

சாலைகளின் இரு புறங்களிலும் திருவிழாக்களுக்கென்றே தோன்றும் கடைகள். தண்ணீர்ப் பந்தல்கள், அன்னதானப் பந்திகள், கழைக்கூத்துகள், புலிவேடங்கள். நாள் முழுவதிலும் ஓடியோடி மாடு இளைத்தது. ஒதுக்குப்புறமான சந்தொன்றில் வண்டியைத் திருப்பினான். மாடு கண்களை உருட்டிக்கொண்டு உடலைத் திருகிக்கொண்டு நுழைந்தது. ஆடவர்கள் அங்கே நின்றபடி சிறுநீர் கழித்துக்கொண்டிருந்தனர். அது சரியான இடமில்லை எனக் கருதியவன் மாட்டின் வாலை முறுக்கி விரட்டினான். சந்திலிருந்து வெளிவந்ததும், அகன்ற தெற்கு மாடவீதியில் கூட்டம் குறைந்திருந்ததைக் கண்டான். மேற்கில் கதிர் சரியத் தொடங்கியது. ஓரமாக வண்டியை நிறுத்தினான். பிள்ளைகள் இருவரும் ஆளுக்கொரு பக்கமாகப் பிணத்தை கைக்கால்களால் அணைத்தபடி பசியிலும் வெயிலிலும் வாடிவதங்கித் தூங்கிக்கொண்டிருந்தனர். அவர்களை இழுத்து வண்டியின் முன்பகுதியில் கிடத்திவிட்டு, பிணத்தின் கால்களை இழுத்தான். வண்டிப் பலகையிலிருந்துக் கீழேச் சரியும் தலையைத் தாங்கிப் பிடித்துப் பிணத்தை வாரியணைத்துத் தோள்களில் சுமந்துத் தட்டுத்தடுமாறி நிமிர்ந்துத் தூக்கி நின்றான். இரண்டு வீடுகளுக்கு இடைப்பட்ட சந்தில் அவளைக் கிடத்தியபோது வாய்விட்டுப் பெருங்குரலெடுத்துக் கதறினான். ராசகோபுரத்தின் உச்சித்தலை முழுக்காடப்பட்டு நந்திக்கொடி பறந்தது. அங்கே ஒரு பருந்து வட்டமடித்துக்கொண்டிருந்தது. அதன் கால்களைச் சுற்றிப் படமெடுத்தப் பாம்பு, பருந்தின் சிலிர்த்த கழுத்தையும் கண்களையும் கொத்திக்கொண்டிருந்தது.

செம்புலியின் புலம்பெயர்ந்த வாழ்வின் முதல் நாள் இருளத் தொடங்கியது. பேரரசு ஒன்றின் பெருங்கோயிலின் முதல் குடமுழுக்கு நாளன்று இற்றுப்போன ஒரு குடியானவன் தன் மனைவியின் பிணத்துடனும் அவள் பெற்ற மக்களுடனும் மாட்டுவண்டியில் திக்குத்திசைத் தெரியாமல் அலைந்து, நாளின் இறுதியில் சந்தடியற்ற இடத்தில் பிணத்தைக் கிடத்திவிட்டு, ராசகோபுரத்து உச்சியில் நந்திக்கொடி பறப்பதை அண்ணாந்து பார்த்தான். பேரரசின் புலி உருமும் சப்தத்தில் மிரண்ட நந்தியின் வால் விடைத்தது. இரண்டு விலங்குகளும் செம்புலியும் நெடிய இரவு விடியும்வரை உறங்கவேயில்லை. ஆம், முதலாம் செம்புலியின் புலம்பெயர் வாழ்க்கை இப்படியாகத் தொடங்க; பத்தாம் செம்புலி இரும்பைக் கோயில் குளத்தில் பாதங்கள் நனைய, படியில் அமர்ந்திருந்தார்; ஆயிரத்துத் தொள்ளாயிரத்து தொண்ணூற்று ஒன்பதாமாண்டு டிசம்பர் திங்கள் இறுதி நாள் நடுயிரவுக் குளிரில் அவருடம்பு பனித்திருந்தது; அன்று பாம்பின் நஞ்சூடிய நல்லதங்கத்தின் உடலைப் போல.

000 000

நான்கு

முதலாம் செம்புலி முப்பது வயதில் தன் மனைவியை இழந்தார். இரண்டாம் செம்புலியின் மனைவி பாம்பு கடித்துச் செத்தாள். அப்போது அவருக்கு நூற்றிமுப்பது வயது. இருநூற்றி நாற்பத்திமூன்றாம் வயதில் தம் பிள்ளைகளுக்கு மணம் முடித்தார். முந்நூற்றி ஐம்பதாம் அகவையில் பெயரன் பெயர்த்தி கண்டார். அதே ஆண்டில் தம் மருமகள்களால் தன் மனைவியைக் கொன்றவன் என்ற பழிக்கு ஆளானார், நானூற்றிப் பத்தாம் வயதில் வீட்டைவிட்டு வெளியேற்றப்பட்டார். தெலுங்கர்களின் ஆட்சிக் காலத்தில் தெலுங்கனாகவும் இசுலாமியர் ஆட்சிக் காலத்தில் சுன்னத் செய்யப்பட்ட முஸ்லீமாகவும் உருமாறினார். பதினெட்டாம் நூற்றாண்டின் தொடக்கத்தில் தரங்கம்பாடி மீனவர் குடியில் அடைக்கலம் புகுந்தபோது இயேசு சபையினரால் ஞானத் திருமுழுக்குப் பெற்றார். தனது தொள்ளாயிரமாண்டில் இரும்பைக்கு வந்து மீண்டும் சிவனடி சேர்ந்தார். தஞ்சைக்கும் இரும்பைக்கும் இடையில் பத்து நூற்றாண்டுகளாய் வாழ்க்கையில் தன்னைப் போல் வழித்தவறி அலைந்த ஒருத்தியை தன் பயணத்தில் உடன்வர சேர்த்துக்கொண்டார். தன் செத்துப்போன மனைவியின் சாயலில் அவள் இருந்ததால் அவளை இரண்டாம் நல்லதங்கம் என்று அழைத்தார். வெள்ளையரிடமிருந்து நாடு விடுதலை பெற்ற அடுத்த ஆண்டே அவருடைய இரண்டு மகன்களும் அவரைத் தேடிக் கண்டுபிடித்து மிரட்டி உருட்டி அனைத்து சொத்துப் பத்திரங்களிலும் கையெழுத்து வாங்கிச்சென்றனர். வங்கிக் கணக்கும் முடக்கப்பட்டது. கையில் பைசா இல்லாத பத்தாம் செம்புலியைப் பிரிந்து, வண்டிக்காரன் மணி என்பவனோடு புதுச்சேரியில் குடியேறி, பிரெஞ்சு அரசின் கீழ் இயங்கிய சாராயக்கடையில் இட்லி – மாட்டுக்கறி வறுவல் விற்றாள் நல்லதங்கம். மணி அவளை போதையின் உச்சத்தில் நல்லபாம்பு என்று கொஞ்சுவான்.

0

இரும்பை மாகாளத்திற்கு அடுத்த ஊரான இடையர் சாவடியில் மணியின் மனைவி செவ்வரளி இடுப்பிலொன்று கையிலொன்றாக இரண்டு பெட்டைகளுடன் முந்திரிக் காட்டில் உழன்றுகொண்டிருந்தாள். முந்திரிப் பழங்களிலிருந்து கொட்டைகளைத் திருகித் திருகி எடுப்பதைத் தொழிலாகக் கொண்டிருந்த செவ்வரளி, முந்திரி மரங்களின் சாபத்திற்கு ஆளாகி கொட்டைகளற்ற பெட்டைகளைப் பெற்றதாக ஊரில் கிழவிகள் பேசிச் சிரிப்பர். மரங்களின் பாவம் பொல்லாதது என்று நம்பிய மணி அவளை வெறுத்து ஒதுக்கினான். போகி நெருப்பின் அனலோடு மார்கழிக் குளிர் முடிவுக்கு வந்த காலை செவ்வரளி பிணமாக இரும்பை கோயில் குளத்தில் மிதந்தாள். செம்புலி குளிப்பதற்குத் தட்டுத்தடுமாறி படிகளில் இறங்கியபோது சிவப்புப் புடவை மாராப்பு விலகி, தாலிக்கொடியில் தங்கம் மினுங்க மிதந்தாள்.

மணி பெஞ்சாதியைக் கொன்று குளத்தில் வீசிவிட்டதாக ஊரில் செய்தி பற்றியெரிந்தது. செவ்வரளியின் சொந்தபந்தங்கள் மணியை வெட்டி பொங்கல் வைக்க புதுச்சேரி முழுவதும் சல்லடைபோட்டுத் தேடினார்கள். மாடும் வண்டியும் ஊரிலேயே இருந்தன. மாடு பசியிலும் ஆற்றாமையிலும் கத்திக்கொண்டும் கொம்பினால் தரையைக் குத்திக் கிளறிக்கொண்டும் இருந்தது. அதன் மூர்க்கத்தை கண்டு ஊரார் அருகில் செல்ல பயந்தனர். மாலை செவ்வரளி ஈமக்கிரியை முடித்து இடுகாட்டில் புதைக்கப்பட்டாள். அவளுடைய தம்பி குழந்தைகளை அணைத்துக் கதறிக்கொண்டிருந்தான். பிணம்போன அடுத்த கணம் மாடு முளைக்குச்சியைப் பிடுங்கிக்கொண்டு குயிலாப்பாளையம் சாலையில் நாலுகால் பாய்ச்சலில் ஓடியதாகப் பார்த்தவர்கள் சொன்னார்கள்.

மாடு ராப்பகலாக, மணி வழக்கமாகச் செல்லும் சாராயக்கடை, கள்ளுக்கடை என எல்லா இடங்களிலும் தேடியது. கருவடிகுப்பம் சாராயக்கடையில் நல்லதங்கத்தின் இட்டிலிக்கடை அடுப்பில் பூனைத் தூங்கிக்கொண்டிருந்தது. மணியைக் காணாத ஏமாற்றத்தில், நான்கு முனைச் சுமைதாங்கித் திடலில் லாடம் கட்டும் கிழவரின் எதிரே சிவப்பேறிய கண்களுடன் போய் நின்றது. கிழவர், முளைக்குச்சி முனையில் தொங்கிய கழுத்துக் கயிறை அவிழ்த்துப்போட்டார். மூக்கனாங்கயிறையும் அறுத்தெறிந்தார்.

மூன்றாம் நாள் காலை வெள்ளேரிக் கரையின் தாழம் புதர் மறைவில் மலம் கழித்துவிட்டு கால் கழுவ செம்மண் நீரோட்டத்தில் வேட்டியை இடுப்புக்கு மேலே வழித்துக்கொண்டு புட்டத்தை நனைத்தபோது மணியை முதுகில் முட்டி நீரில் குப்புறத் தள்ளி நான்கு கால்கள்கொண்ட குளம்படிகளால் துள்ளிக் குதித்து மிதித்து மூழ்கடித்துக் கொன்றது வண்டி மாடு. அன்று மாட்டுப் பொங்கல்.

0

மணியை மாடு மிதித்துக் கொன்று வெள்ளேரியில் ஓடும் நீரில் குருதி கொப்புளிக்க உடலை மிதக்கவிட்டதாக, வடக்கே புதுச்சேரியிலிருந்து மரக்காணம் வரை, மேற்கே திண்டிவனம் வரை, தெற்கே கடலூர் வரை செய்தி பரவியது. தாயைப் போலத் தன்னை வளர்த்த செவ்வரளியைக் குளத்தில் அமுக்கிக் கொன்றதைக் கேட்டுச் சினந்த மாடு, மணியை அதேபோல் ஏரியில் அமுக்கிக் கொன்ற கதை கிழக்கே கடல் தாண்டிச் சென்றது. ஊருக்குத் திரும்பிய மாடு, செவ்வரளியின் சமாதி மேட்டைக் குத்திக் கிளறி ராப்பகலாய் அம்மா என்று கதறிக்கொண்டிருந்தது. பதினாறாம் நாள் அங்கேயே செத்துக்கிடந்தது. ஊர்க்காரர்கள் மாட்டை அதே இடத்தில் புதைத்தனர். எல்லா நிகழ்வுகளையும் கேள்விப்பட்ட செம்புலி அந்தி மங்கும் பொழுதில் குளப்படிகட்டில் அமர்ந்திருதார். நடுக்குளத்தில் ஐந்தரையடி நீள நல்லதங்கம் செத்து ஊதி மிதப்பது அவர் பார்வையில் படவில்லை.

கருவறையில் பாம்பு அடையாத அந்த நெடிய இரவுகளில் செம்புலிக்கு உறக்கம் கொள்ளவதில்லை. விடியலுக்கான எந்தவோர் அறிகுறியும் புலப்படாமல் இருட்டில் புரண்டு புரண்டு படுப்பார். தன்னுடன் ஒரு பாம்பு இருந்தது வாழ்வில் எத்தனை ஆறுதலான அம்சம் என்பதை திடமாக உணர முடிந்தது. தான் யாருமற்று இருப்பதை அவர் விரும்பினார். பெண்டாட்டி, பிள்ளைகள், அவர்கள் மூலம் உருவாகி வளர்ந்த உறவுகள் என அனைத்தையும் அறுத்து நிர்க்கதியாய் நிற்பதிலும் பேருவகை மனம்கூடி வருவதை அறிந்தே இருந்தார். பிள்ளைகள் தேடிவந்து எல்லாவற்றயும் பிடுங்கிச்சென்ற பிறகு தன்னைத் தக்கையாக உணர்ந்தார். அந்தக் குளத்தில் இறங்கிக் குளிக்கும்போது உடம்பு நனையாது. தாமரை இலை போல தனது சருமம் நீரைத் தன்னில் ஈர்ப்பதில்லையோ என ஐயுறுவார். பற்றறுத்த மனத்தைத் தரித்த உடம்பு நீரில் நனையாது

என்று காலத்தில் என்றோ யாரோ சொல்லக் கேட்டிருக்கிறார். யாருமற்ற வாழ்வில் கடவுள் மட்டுமே உடனிருப்பதில் அவருக்கு ஒரு குறையுமில்லை. ஆனால், தன்னிடம் பழகியவர்களின் மரணம் அவருக்குள் ஆங்காங்கே வெற்றிடங்களை உருவாக்கிவிடுகிறது. இரவின் விண்மீன்களாய் வெற்றிடங்கள்.

செம்புலிக்கு மறதியுமில்லை மரணமுமில்லை. மறதியின் ஆழத்தில் நினைவுகள் மேலேமேலே படியும்போதுதான் மரணம் மனம்கூடிவரும். அவர் தன் நெடிய வாழ்வில் எந்தவொன்றையும் மறக்கவில்லை. தான் வரலாற்றாலானவன் என்பதால் யாரொருவரின் வாழ்க்கைக்குள்ளும் ஊடுருவி செம்புலியால் தன்னைப் பொருத்திக்கொள்ள முடிந்தது. வெவ்வேறு உடம்புகள் வழியாக அவரால் வாழவும் முடிந்தது, இடம்பெயரவும் முடிந்தது. எந்தவொரு காலத்திலும் பாம்பு என்பது பிரக்ஞையின் மையப் புள்ளியாக இருந்து அவரை வழிநடத்தியது. பாம்புக்கு அவர் பெயர் வைத்தார். எல்லாப் பாம்புகளையும் அவர் ஒற்றைப் பெயராலேயே அடையாளப்படுத்தினார். நல்லதங்கம்; அவளொரு நல்லபாம்பு. படமெடுத்தால்தான் அது பாம்பு; இல்லையெனில் வெறும் புழு. செவ்வரளியை மணி கொல்லவில்லை; அவளே குளத்தில் விழுந்துத் தற்கொலைச் செய்துகொண்டாள். எந்தவொரு பெண்ணின் தற்கொலையும் கொலை என்பதாகவே ஓர் ஆணைப் பழிச்சுமத்தி நிற்கும். மாடு ஓர் ஐந்தறிவு உயிரி. ஊரார் பேச்சைக் கேட்டு மணியைக் கொன்றுவிட்டது. வளர்த்த பாசத்தால் பட்டினிக்கிடந்து செவ்ரளியின் புதைமேட்டில் படுத்துத் தன்னைக் கொன்றுகொண்டது. மனிதரை அண்டிய உயிரினங்கள் தற்கொலைச் செய்துகொள்ளும் ஒழுங்கீனத்தை அவர்களிடமிருந்தே கற்றுத்தேர்கின்றன. செம்புலியின் எண்ணவோட்டம் மாட்டை மையமிட்டேச் சுழன்றது. தான் கிழடுதட்டி இறந்ததும் அந்தச் சாராயக்கடையில் விற்று அப்பணத்தில் குடித்து, வறுத்து விற்கப்படும் தன்னை வாங்கித் தின்பான். தன்னை அவன் தின்னப்போகும் கொடுமையைப் பொறுக்கமுடியாமல்தான் மாடு, மணியைக் கொன்றுவிட்டது என செம்புலி தீர்க்கமாக நம்பினார்.

0

காலகாலமாகக் கோயில் குளம் பெண் பிணங்களாலேயே நிரம்பி நிற்கிறது. குளம் வெட்டப்பட்டதிலிருந்து அதில் மிதந்த

பிணங்களைக் கணக்கெடுத்தால் தொண்டை மண்டலத்து மக்கள் தொகையைவிட அதிகமாக இருக்கும். எதைக் கொட்டியும் தூர்க்க முடியாத இக்குளத்தை பெண்களின் பிணங்களைக் கொட்டித் தூர்க்க ஈசன் செய்யும் கொடுஞ்செயல் என செம்புலி நினைப்பார். இதில் மிதந்த பிணங்களை அப்புறப்படுத்தாமல் விட்டிருந்தால் குளம் என்றோ தூர்ந்திருக்கும் எனச் சொல்லும் ஊரார்கள், இதனாலேயே இம்மண்டலம் செம்மண் பூமியாய் கள்ளியும் முந்திரியும் பனையும் விளைந்த பச்சையமற்றப் பாழ்வெளியாய் ஈரமின்றிப் போனது என்பார்கள். நெல் பொய்த்த நிலம். குடி பொய்த்த ஊர். ஊர் கைவிட்ட கோயில். கோயில்கொண்ட தெய்வத்தின் தலையில் இடி இறங்கி மூளியான லிங்கம். பாலை திணைப் புலம். நீர் பொய்த்தத் தஞ்சையில் நெல் பொய்த்துத் தமிழகம் பாலையாய்த் திரியும் காலத்தை எதிர்கொள்ளப்போகும் மக்களுக்கு ஓர் எச்சரிக்கையாய் இந்த இரும்பை மண்டலம் இருப்பதாக ஒருமுறை மணியிடம் செம்புலி சொல்லியிருக்கிறார். மேலும், 'மணி, பத்தாம் நூற்றாண்டில் பெரியகோயில் குடமுழுக்குக் கொண்டாட்டத்தன்று தன் மனையாளின் பிணத்தை மாட்டுவண்டியில் கிடத்திக்கொண்டு தரிக்க இடம் தேடி தஞ்சை நகர வீதிகளில் நிழல் தேடி அலைந்த அகதி ஒருவனின் சாபம் சோழப் பேரரசையே தடயமற்று அழித்தது. இறுதியில் அந்தக் கோயில் மட்டும்தான் காலத்தில் மீந்து நின்றது. தஞ்சைமுதல் இரும்பைவரை ஈசனைச் சாபம் துரத்துகிறது. தமிழகமெங்கும் கைவிடப்பட்ட இருண்ட சிவஸ்தலங்கள். கோயில்களிலிருந்து நந்திகள் மீண்டும் காடு பாய்ந்துவிட்டன. நீ அவற்றை வெட்டித் தின்கிறாய். இதோ உனக்கு உழைத்துப்போடும் இந்த மாடு அடிமாடாய்ப் போனதும் வெட்டித் தின்றுவிடுவாய். மாட்டின் சாபம் அடுத்தப் பிறவியிலும் உன்னைத் தொடரும். மாட்டைத் தின்பவர்களை நான் மனிதர்களென்று சொல்லமாட்டேன். சிதையிலிருந்து உருவி, கடவுள் மனிதரைத்தான் தின்னும்; மாட்டை அல்ல.' செம்புலி மட்டுமே மணியிடம் பேசுவார்; மணி அவரிடம் மறுபேச்சு பேசியதில்லை.

செம்புலியின் நெடிய வாழ்க்கையில் சக மனிதர்களைவிட பிற உயிரினங்களிடம் மேலதிகப் பற்றுதலும் பாசமும் கொண்டிருந்தார். விலங்குகளை வசியம் செய்யும் கலையை அவர் கற்றிருந்தார். நடப்பவை ஊர்பவை பறப்பவையுடன் அவரால் பயமற்று நெருங்கிப் பழகமுடிந்தது. நீந்துபவையுடன் மட்டுமே அவரால்

நெருங்க முடிந்ததில்லை. தாவரம் தவிர்த்த பிற உயிரினங்களை உணவாக உட்கொள்ளும் வழமையை அவர் எதிர்த்தார். வேட்டைச் சமூக நிலையிலிருந்து விவசாயச் சமூகமாக பரிணமித்த பிறகு மனிதர் ஏன் மீண்டும் வேட்டையராய் வாழவேண்டும் எனக் கேட்பார். குருதி கசியும் உயிரை உணவாய்க் கொள்ளுதல் மனிதப் பரிணாம வளர்ச்சிக்கு எதிரான செயல். புலால் உண்பவரை எதிர் மனிதர் என்றே செம்புலி குறிப்பிடுவார். எதிர் மனிதரால் வரலாறை வளர்த்தெடுக்க முடியாது. உயிர்க் கொல்லாமையை ஒழுகுபவரை மரணம் அணுகுவதில்லை. உன் வயிறு பிற உயிரினங்களின் கல்லறையாக இருத்தலாகாது. மணி, உன் உடம்பிலிருந்து வீசும் புலால் நெடியால் ஈர்க்கப்பட்டு கருவறையிலிருந்து வெளியேறி உன்னையே சுற்றிச் சுற்றி வருகிறது நல்லபாம்பு. வரப்பின் மீது கவனமாக நடக்கவேண்டும். மணி இறந்து மாதங்கள் பல கழிந்த பிறகும் அவனிடம் செம்புலி பேசிக்கொண்டே இருந்தார்.

கிழவர் தம் புலன்களில் படிந்துப் பழகிய யாரொருவரின் மரணத்தை எதிர்கொள்ளும்போதும் அதை தனது சொந்த மரணமாகவே அனுபவித்தார். தனியொருவரின் மரணம் சாத்தியமற்றது என்று சொல்லும் அவர் தனியொரு பிறப்புமில்லை என்பார். காலகாலமாக நல்லதங்கம் ஏதேனுமோர் உருவத்தில் தன்னுடன் வாழ்ந்து வருவதாகவே சொல்வார். ஒற்றையாளாய் தான் இருந்ததில்லை. சிறுவனாக இருந்ததும் பிறகு இளைஞனாக வளர்ந்ததும் தலை நரைக்கத் தொடங்கிப் படிப்படியாக உருத்திரிந்து இன்று முழுமையான முதுமை எய்தி காலத்தின் பல அடுக்குகளையும் பருவத்தின் பல தோற்றங்களையும் ஒருங்கே கொண்டிருக்கிறேன். ஒரே சமயத்தில் சிறுவன், இளைஞன், கிழவன் என நான் கடந்துவந்தப் படிநிலைகளில் என்னால் உடனுக்குடன் இடம்மாறி நிற்க முடியும் என்பார். காலம் ஒரு புள்ளியில் குவிந்திருக்கிறது, அந்தப் புள்ளியாக நானே இருக்கிறேன். உடம்பின் உருமாற்றம்தான் காலத்தை வடிவமைக்கிறது. இறந்த காலம், நிகழ்காலம், எதிர்காலம் என்பது உடம்பை முன்வைத்தே போலிசெய்யப்படுகிறது. காலம் என்பது பாவனை. தஞ்சைப் பெரியகோயில் உள்ளவரை ராசராசனுக்கு மரணமில்லை. அதே காலகட்டத்தில் ராமாயணத்திற்குள் புகுந்துகொண்ட கம்பன் இன்னும் உயிருடன்தான் இருக்கிறான். அவர்களின் சமகாலத்தவனான நான் வரலாறால் கட்டமைந்ததால் சாகாமல் இருக்கிறேன். மணி நீ எப்படி என்னை விட்டுவிட்டுச் சாவாய்?

நான் இருக்கும்வரை உனக்கு ஏது அழிவு? செம்புலி, கருவறையில் எரியும் அகல் விளக்குச் சுடரில் துலங்கும் லிங்கத்தைப் பார்த்துப் பேசியபடி சிரித்தார்.

மழை வரும் ஈரக்காற்று கோயிலினுள் சுழன்றது. தூரத்தில் மின்னுவது சுவர் விரிசல்கள் வழியே தெரிந்தது. கனத்த மழைக்கு எதிர்நிற்கும் சக்தி சுவர்களுக்கு இல்லை. மொட்டை கோபுரத்தின் சுதைப் படிமங்கள் ஓதத்தில் இற்று விழத்தொடங்கிவிட்டன. ஆனால், தான் இங்கு வந்தக் காலத்திலிருந்து கோயில் கொஞ்சம் கொஞ்சமாக விரிசல் கண்டு விழுகிறதே அல்லாமல், முற்றாய் நொறுங்கிச் சரியவில்லை. முந்நூறு ஆண்டுகளாகக் கோயில் இதே நிலைமையிலேயே தொடர்கிறது. மண்ணுருகக்கூடிய அளவிற்கு மழைப் பொழிந்தாலும் இந்த நிலத்து மண் மட்டும் உருகுவதே இல்லை. ஊரில் எந்த இடத்திலும், பள்ளத்தில்கூட நீர் தேங்காது. தாமரை இலைகளின் மீது பொழிந்த மழைபோலவே ஊரில் ஓரிடத்திலும் ஈரம் ஒட்டுவதில்லை. ஈரம் ஒட்டாத நிலத்தில் பெய்யும் கனமழை. குளிரெடுத்தது. ஈரக்காற்று இருண்ட பிரகாரத்துக்குள் சுழன்றது. செம்புலி காவி வேட்டியால் தன்னைச் சுற்றிக்கொண்டார். ஈரம் ஒட்டாத உடம்பில் குளிர் மட்டும் ஒட்டுகிறது. செம்புலி ஏற்கெனவே தூங்கிவிட்டிருந்தார். ஆனால், வழக்கம்போல பிரக்ஞை மட்டும் விழித்துக்கொண்டு மழையை கவனித்தது.

000 000

ஐந்து

செம்புலி தன் தாய், தந்தையைப் பற்றி இதுவரை யாரிடமும் பேசியதில்லை. தான் மனிதரின் இனப்பெருக்க கதியில் உருவானவன் அல்லன் என நினைத்தார். ஓர் ஆணும் பெண்ணும் இணைந்து கருவாகி வளர்ந்து உருவானவன் அல்லன் என்பதில் உறுதியாக இருந்தார். பசிக்கும்போது தாய்முலைத் தேடும் குழவியின் அனுபவம் தனக்கு வாய்த்ததில்லை. மாறாக பசியைத் தணிக்க ஒரு பொருளைத் தேடியெடுத்து வாயில் வைத்ததிலிருந்து தன் உடம்பு மீதான தனது கவனம் நிலைகொண்டது என அறுதியிட்டார். அக்கணம் முதல் தனக்கென்று ஆக்கபூர்வ உறவுகள் யாரும் தன்னைச் சுற்றி இல்லை என்பதை அறிந்துகொண்டார். பிறருக்கு இருப்பதைப் போல் அடிவயிற்றின் நடுவில் தனக்குத் தொப்பூழ் இல்லாததை விரல்களால் தடவிப் பார்ப்பார். ஆனல், தனக்கான தொப்பூழ்ச் சுவடு தன் நெற்றியில் இருப்பதை இன்றுவரை திருநீறும் குங்குமமும் கொண்டு மறைத்துக்கொள்வதை வேறுயாரும் அறிந்ததில்லை.

செம்புலி தான் ஒரு பசுமாட்டிற்குப் பிறந்ததாக நம்பினார். பத்தாம் நூற்றாண்டின் நடுப்பகுதியில் ஐப்பசி மாதத்து அடர்மழை இரவில் ஒரு மாட்டுத் தொழுவத்தில் தான் பிறந்து கிடந்ததாகச் சொல்வார். தொடர் போரினால் பாதிக்கப்பட்ட ஊர் மக்கள் கையில் கிடைத்த தட்டுமுட்டுச் சாமான்களோடு, கால்நடைகளை இழுத்துக்கொண்டு ஊரை காலிசெய்தனர். அப்போது ஒரு குடியானவன் வீட்டுத் தொழுவத்தில் நிறைமாதக் கர்ப்பிணியான ஒரு பசு இடம்பெயரும் சாத்தியமற்று அம்மாவென்று குரலெடுத்துக் கதறிக்கொண்டிருந்தது. உயிரோடிருந்தால் திரும்பி வருகிறோம் எனச்சொல்லி பசுவை கைவிட்டுவிட்டு அக்குடியானவன் தம் மனைவி மக்களோடு பக்கத்து நாட்டிற்கு இடம்பெயர்ந்தான். தனித்துவிடப்பட்ட பசு முக்கிமுனகித் தன்னை ஈன்றுவிட்டு உயிரைவிட்டது. கைவிடப்பட்ட

42 ~ ~ ~ நல்லபாம்பு: நீல அணங்கின் கதை

அவ்வூரைச் சூறையாடிய அந்நியப் படைவீரர்களில் ஒருவனின் பார்வையில்பட்டச்சிசுவை அவன் தூக்கிச்சென்றான். அவ்வீரனிடம் குழந்தை செம்புலி என்ற பெயரில் வளர்ந்தது. தான் வளரவளர, தொழுவத்தில் ஈன்றுப் புறந்தள்ளிவிட்டுச் செத்துப்போனத் தாயின் பால்மடிக் காம்பைக் கவ்விச் சப்பியபடிக் கிடந்ததாக செம்புலி அறியவந்தார். பசுவுக்குப் பிறந்தவர் சாவதில்லை என்ற இயற்கை விதிப்படி மரணம் தீண்டாமல் உடம்பு பழுத்து, தோல் சுருங்கி ரேகைக் குறியீடுகள் படர தானொரு வரலாற்றுப் பனுவலாய் எழுதப்பட்டுக் கொண்டிருப்பதாகச் சொல்லிச் சிரிப்பார். பேச்சுத் துணையாக அவருடன் அவரே இருந்தார். தன்னைச் சந்தித்த பிறகே வடலூரைச் சார்ந்த ராமலிங்கம் என்பவருக்கு மரணமற்ற பெருவாழ்வு பற்றிய ஏக்கம் உண்டானது எனச் சொல்வார்.

பிறந்தபோதே கிழவராகப் பிறந்தவரோ எனப் பார்ப்பவரை யோசிக்க வைக்கும் தோற்றம்கொண்ட செம்புலியின் வயதை யாராலும் கணிக்க முடியாது. அவரை இளம் பருவத்தில் பார்த்தவர் யாரும் உயிருடன் இல்லாதபோது, அவர் தனது ஊரிலுள்ள கோயிலை வைத்தே தன் வயதை அறுதியிடுவார். ஊரும் வாழ்வும் கோயிலை மையமிட்டே அமைந்த நாட்டில் தன் உடம்பின் காலத்தையும் கோயிலின் தோற்றத்தை வைத்தே நிர்ணயித்தார். எந்தவோர் அரசனும் கோயிலை மட்டுமே தனது அடையாளமாக மண்ணில் நட்டுவிட்டுப் போகிறான். கோயிலின் வரலாறே நாட்டின் வரலாறாகிறது. ஸ்தலபுராணத்தின் வழியே நாட்டின் வரலாறு வாசிக்கப்படுகிறது. இறுதியில் நானும் கோயிலும் மட்டுமே மீந்து நிற்கிறோம். வழித்துணையாக தனக்குத்தானே பேசியபடி செம்புலி நாடுவிட்டு நாடு கடந்துச் சென்ற காலங்களில் வழியில் எதிர்ப்படும் ஊர்களில் கோயில் கட்டுமானப் பணி நடைபெற்றால் அதில் தன்னை சுயவிருப்போடு இணைத்துக்கொள்வார். கருங்கல் கோயில்களில் தனது காலம் உறைந்திருப்பதாக உரிமைகொண்டாடினார். ஓர் ஊரில் மக்கள் அனைவரும் புழங்கும் பொது இடமாக கோயில் மட்டுமே இருக்கிறது என்பார். கட்டுமானப் பணியின்போது தான் கல் சுமக்காத கோயில் தஞ்சை மாவட்டத்தில் இல்லை. அக்கோயில்களின் மதில் சுவரில் திரைப்படச் சுவரொட்டிகள் ஒட்டப்படும் இழிச்செயல்களைக் காணச் சகிக்காமல்தான், கோயில்கள் நிறைந்த அந்த மாவட்டத்திலிருந்துத் தான் வெளியேறிவிட்டதாகச் சொல்லிக்கொள்வார். பெயரன்களுடன் திரைப்படங்களுக்குச் செல்லும்போது நவீனகால மனிதனாகவும்

கோயில்களுக்குச் செல்லும்போது புராதன மனிதனாகவும் தன்னை திடமாக உணரமுடிவதற்குக் காரணம்; தான் பத்து நூற்றாண்டுகளால் உருவானவனாக இருப்பதேயாகும். தன்னை இரண்டாகப் பிளந்து ஒன்றையொன்று எதிரெதிர் நிறுத்தி முடிவற்ற சாத்தியங்களைப் பெருக்கிக்கொண்டே போகும் சதுரங்க விளையாட்டை விதம்விதமாய் நிகழ்த்திப் பார்ப்பதே வாழ்க்கை எனச் சொல்லிச் செல்வார்.

செம்புலி பதினெட்டு வயதில் நல்லதங்கத்தைக் காதல் மணம் முடித்தார். அவளுக்குப் பதினாறு வயது. முகத்தில் கண்களைத் தவிர வேறொன்றுமில்லை. இளம்பச்சைப் பாம்புக் கண்கள். குடும்பத்திற்கு ஆகாது என்று எடுத்து வளர்த்தப் படைவீரர் தடுத்து நிறுத்த எவ்வளவோ எடுத்துச் சொல்லியும் ஏற்காத செம்புலி, நல்லதங்கத்தை பக்கத்து ஊர் அம்மன் கோயிலில் வைத்துத் தாலி கட்டினார். நல்லதங்கத்திற்கும் சொந்தமென்று அடையாளம் சொல்ல யாருமற்றவள். மூன்று வயதில் சோழநாட்டு தீமிதித் திருவிழாவில் பெற்றோரிடமிருந்து கைத்தவறி தொலைந்துபோனவள். அந்தக் காலத்தில் குழந்தைகள் தொலைந்து போவதென்பது இந்தக் காலத்தில் கைத்தவறி சில்லறைக் காசுகள் தொலைவதற்கு ஒப்பாகும்.

தனியாக சொந்த வாழ்க்கையை அமைத்துக்கொள்ள வல்லம் என்ற நிலப்பகுதிக்கு இடம்பெயர்ந்தனர். அநாதைகளுக்குச் சாதி இல்லை. சாதியற்றவர்க்கு ஊருக்குள் வாழ அனுமதியுமில்லை. சாக்கியச் சேரியில் குடிப்புகுந்தனர். அங்கே மூக்குடைபட்டு சம்மணமிட்டு அமர்ந்த நிலையிலிருந்த கடவுள் தம்பதியரை அரவணைத்தது. அதுவரை, உருண்டுத் திரண்ட குத்துக்கல்லை மட்டுமே கடவுளாக வணங்கிவந்தக் குடிமரபைச் சார்ந்திருந்த செம்புலியால், மூக்குடைபட்ட மனிதவுருவம் கொண்ட கடவுளை ஏற்க மனம் ஒப்பவில்லை. நல்லதங்கம் மிக இயல்பாக புதிய கடவுளுடன் பழகத் தொடங்கினாள்.

'வடபுலத்து அம்மணச் சாமியும் சம்மணச் சாமியும் எனக்கு ஒவ்வாதவை. லிங்கரூபனைத் தவிர வேறு அந்நியக் கடவுளை நான் தழுவமாட்டேன். தாய்த் தந்தையரைப்போல கடவுள் என்ற உறவும் ரத்தத்தில் ஊறியது. நல்லதங்கம், நீ என் மனைவி. நான் வணங்கும் கடவுளே உனக்கும் கடவுள். இனி உனக்கென்று

தனியாக கடவுள் இல்லை. கடவுளை முன்வைத்து உனக்கும் எனக்குமிடையே சண்டைச் சச்சரவு இனி எழலாகாது. நம் இரண்டு பிள்ளைகளின் வாழ்க்கையை அது பாதிக்கும். ராசராசன் தலைநகரத்தில் உலகிலேயே மாபெரும் லிங்கேஸ்வரனை நிறுவியிருக்கிறானாம். நாளை மறுநாள் குடமுழுக்கு. அதைக் காண குடும்பத்தோடு போகிறோம். நீ வர மறுத்தால், உயிர்வாழ்வதில் பொருளில்லை. பொருளிலார்க்கு இவ்வுலகம் இல்லை. சிவமே பொருள். பொருளே முதலாய் ஆனவுலகில் சிவமே கடவுள், அதுவே நித்தியம். கடவுளுக்காக நான் கொலைகூடச் செய்வேன்.' பத்தாண்டு கால வாழ்க்கையில் செம்புலி இப்படியாகச் சினந்துப் பார்த்ததில்லை. நல்லதங்கமும் எதிர்த்துச் பேசினாள்; "உன் பேரரசன் தன் மாணியைத் துணித்துக் கருவறையில் நட்டுவைத்திருக்கிறான். நீ போய் அதை ஓம்பு" குடமுழுக்கைக் காணச் சென்ற அன்று வழியிலேயே அரவு தீண்டி நல்லதங்கம் மாண்டாள்.

0

"சிதிலமடைந்த இரும்பை மாகாளமும் உலகு போற்றும் தஞ்சைப் பெரியகோயிலும் ஒன்றா? இரண்டுக்குள்ளும் ஒரே கடவுள். அங்கே பேரரசனின் பெரிய கடவுள், இங்கே குடிமக்களின் வறிய கடவுள். இடத்திற்கு இடம் ஒரே கடவுளுக்கிடையே சாதி பேதமுண்டு வர்க்க முரணுமுண்டு. ஐயா, இரும்பையில் சிவன் பட்டினிக்கிடக்கிறான், தஞ்சையில் அவனே தின்று கொழுக்கிறான். நான் பாமரன். எனக்கு இது விளங்கவில்லை". குளப்படிக்கட்டில் அமர்ந்திருந்த செம்புலியின் பக்கத்தில் உட்கார்ந்த மணி கேட்டான்.

'ஈசனுக்குச் சாதி இல்லை, வர்க்க முரணில்லை. நீ அரசியல் கூட்டங்களில் கேட்பதைக் கொண்டுவந்து என்னிடம் கொட்டுகிறாய். கோயில் குளங்கள் கொட்டப்படும் குப்பைகளால் தூர்ந்து வருகின்றன. அரசியல்வாதிகளின் கடவுள் பற்றிய சிந்தனை பாமரத்தனமானது. வாழ்க்கையில் ஏதேனும் ஒரு தருணத்தில் கடவுளை மறுக்காத மனிதர் உலகில் இல்லை. அதேபோல் கடவுளை அழைக்காதவரும் இல்லை. உண்மையில், நான் ஒரு நாத்திகன். ஆனால் ஈசனை வணங்குபவன். அது என் குடிவழி வந்த வழக்கம் மரபுவழி வந்த பழக்கம். நான் ஆயிரமாண்டுகளாக ஈசனைச் சுமந்துத் திரிபவன். நீயும் உன் மனையாளும் உனது குடும்பத்திற்காக உழைக்கிறீர்கள். உங்களுக்காக உங்களைவிட

அதிகமாக உழைக்கிறதே உனது மாடு, அது ஏன்? பிற உயிரினத்திற்கும் வர்க்கமுண்டு, ஆண்டான் அடிமை பேதமுண்டு. உலகில் மனிதரைத் தவிர பிற உயிர்களிடத்தில்தான் கடவுள் உறைகிறது. மனிதரிடத்தில் கடவுள் இல்லை. எல்லா மதத்திலும் கடவுள் மனிதரை வெறுக்கிறது. ஏனென்றால், கடவுளைப் படைத்ததே மனிதன்தான். அதுவே முதல் பிழை. அதிலும் அதிமனிதனாகப் படைத்தது பெரும் பிழை. மனிதர் இயல்பில் ஒரு கோழை. ஒரு சிற்றெறும்பைக் கொல்ல, கொலை மாவைக் கண்டுபிடித்ததும், எலியைக் கொல்ல கொலைக் கருவியைப் படைத்ததையும் என்னவென்பது? கோயிலைத் தவிர ராசராசனின் வேறு தடயங்கள் வரலாற்றில் மீந்திருக்கின்றனவா?'

''அந்தக் கோயிலை ஈசன் தானே தனக்கெனக் கட்டிக்கொண்டான். எனவேதான் அது மட்டும் மீந்து நிற்கிறது.''

'கடவுள்ஓர்எளியஇருப்பு,அதற்குஇத்தனைப்பெரியஇருப்பிடம் தேவையற்றது. இரும்பை மாகாளம்தான் என் மனத்திற்கு உகந்தது. கிணறு, குளம், ஏரி, ஆறு இவை எல்லை வரையறுக்கப்பட்ட நீர் நிலைகள். இவை போலத்தான் கோயில்களும். கடவுள் என்பது அவற்றுள் ஊறும் நீர். நீருக்கு நிறமுமில்லை வடிவமுமில்லை. அது திட, திரவ, வாயு நிலைகளில் உருமாறியபடியே இருப்பது. அள்ளிய உள்ளங்கைகளில் தேங்கிடும் நீர்தான் உனக்கானக் கடவுள்.'

செம்புலி, தன்னுள் தானே அதிர்ந்துகொண்டிருக்கும் குளத்து நீரின் பாதரச நடுக்கத்தை உற்றுப் பார்த்துக்கொண்டிருந்தார். உயிர்மையற்ற நீர்மை இதைப்போல் உலகில் வேறுண்டோ? நீரின் அழகு கணந்தோறும் அதைக் கலைத்துக் கலைத்து எழுதும் காற்றின் ஒப்பனைத் திறத்தால் அமைவது. இது காற்றும் தீண்டத் தயங்கும் நீர். சீவிய இளநீருக்குள் இரு மீன்குஞ்சுகள் நீந்தினாலும் அதிசயிக்க ஒன்றுமில்லை; ஆனால், இக்குளத்தில் உயிர் முளைக்கும் அற்புதம் நிகழ்வது எந்நாளோ இறைவா என்ற கிழவரின் எண்ணவோட்டத்தினூடாக; "ஐயா, பக்கத்திலுள்ள புதுச்சேரி என்ற ஊருக்கு இதுவரை நீங்கள் சென்றதில்லை. அது தமிழர் வாழும் பிரெஞ்சு நாடு. அங்கே எனக்கொரு வெள்ளைக்காரியுடன் தொடர்பு ஏற்பட்டுவிட்டது. அவள் என்னைவிட இருபது வயது மூத்தவள். அவளுக்கு வில்வநல்லூர், ஊசுட்டேரி பகுதிகளில் நிலபுலம்

உண்டு. நம்மூரிலிருந்து கழனி வேலைக்கு ஆட்களை நான்தான் அங்கு அழைத்துச் செல்கிறேன். அதன் நிமித்தம் அவளுடன் எனக்குத் தொடுப்பு ஏற்பட்டுவிட்டது. மாட்டுக்கறி தின்னும் பழக்கம் அவள்மூலம் ஏற்பட்டது. புதுச்சேரிக்கும் இரண்டு மூன்று ஆண்டுகளில் பிரெஞ்சுக்காரர்களிடமிருந்து விடுதலை கிடைத்துவிடும் எனச் சொல்கிறாள். எனவே, தனது சொத்துக்களை விற்றுவிட்டு பிரான்சுக்குத் திரும்ப இருக்கிறாள். அவள் என்னையும் தன்னுடன் அழைக்கிறாள். அவள் ஒரு வெள்ளைப் பாம்பு. என்மீது வீசும் பாம்பின் வாடையை செவ்வரளி மோப்பம் பிடித்துவிட்டாள். விட்டு விலகினால் குழந்தைகளோடு செத்துவிடுவேன் என மிரட்டுகிறாள். என் பெண்டாட்டிப் பிள்ளைகளுக்கு வீடுவாசல் நிலபுலம் எழுதிவைப்பதாக வெள்ளைக்காரி சொல்கிறாள். இந்தச் செம்மண் பூமியில் எத்தனைக் காலம் இந்த இழவுயெடுத்த வாழ்க்கை? பிரான்சில் ஐந்தாறு ஆண்டுகளைக் கடத்திவிட்டு, தக்க நேரம் பார்த்து ஊருக்கே ஓடிவந்துவிடலாம். வாழ்க்கையில் நல்ல நேரம் ஒருமுறைதான் வரும். செவ்வரளிக்கு எடுத்துச் சொல்லியும் விளங்கவில்லை. குழந்தைகளைக் காட்டி மிரட்டுகிறாள். பனை மரத்தின் அடிப்பாகம் நீ என வெள்ளைக்காரி என்னைக் கண்டு மருகுகிறாள். ஐயா, கிழவிகளின் காமம் பொல்லாதது. ஆனால் பொருள் நிறையவுடையது.'' மணியிடமிருந்து கசந்த சிரிப்பு வெளிப்பட்டது. செம்புலியால் அதை ரசிக்க முடியவில்லை. படிக்கட்டிலிருந்து எழுந்துகொண்டார். குளத்தைப் பார்த்தார். செவ்வரளியும் மணியும் ஊதி மிதந்தனர்.

0

'மரணமற்றவனுக்கு வாழ்க்கையில் எதிர்பார்ப்பு என்று எதுவும் இருக்காது. மரணத்தை முன்வைத்துதான் எதிர்பார்ப்பு, அலைகழிப்பு எல்லாம். எந்தவிதமான எதிர்பார்ப்புக்கும் என்னை ஆட்படுத்திக்கொண்டவனில்லை. பொதுவாக, தனியர்களுக்கு எதிர்பார்ப்பு என்று எதுவும் இருப்பதில்லை. நல்லதங்கம் எதிர்பார்புகளால் ஆளானவள். ஒவ்வொருவரும் போரை எதிர்பார்த்தே நிறுத்திவைக்கப்பட்டனர். போர் அனுபவம் இல்லாத வாழ்க்கை யாருக்கும் வாய்ப்பதில்லை. ஒரு பேரரசனின் கீழ் வாழ்வதிலுள்ள வலியைப் போன்ற அபத்தம் வரலாற்றில் வேறேதுமில்லை. கொள்ளைக்காரர்களைப் பேரரசர்களென்று தலையில் தூக்கிக் கொண்டாடும் சமூகம்.

தனியொருவனுக்குத் தனிப்பட்ட வாழ்க்கை என்று எதுவுமில்லை. நான் தனித்தே இருந்தேன். மணி, நான் எந்தவொரு போரிலும் பங்கெடுத்தவனில்லை. யாரையும் கொன்றவனில்லை. என் மனைவியைக் கொன்றேன் என்ற பழிக்கு ஆளாக்கப்பட்டவன். பேரரசனுக்கு இணையான கொலைப்பழி இது. வரலாறு நெடுகிலும் என் மனைவியின் சடலத்தைத் தூக்கிக்கொண்டுத் திரிகிறேன். எனக்கும் அவளுக்கும் வேறுவேறு சாமி. இந்த முரண் என்மீது கொலைப்பழியாய் சுமத்தப்பட்டது. அவள் சடலத்தை முன்வைத்து சமூகத்துடன் ஓயாமல் பேசுகிறேன். ஒருபக்க நியாயத்தின் தர்க்கம் முடிவுக்கு வருவதேயில்லை.'

இரும்பைக் கோயில் பூசாரி தன் மகளுடன் வந்திருந்தார். வாரம் ஒருமுறை கோயில் பக்கம் எட்டிப் பார்க்கும் அவர் அரிதாக மகளுடன் வருவார். அவள் பெயர் அம்பிகா. முப்பது வயதைத் தொடயிருக்கும் கன்னிகழியாதவள். நாகதோசம். இடது தொடையில் கரு மச்சம் சொட்டி ஒழுகியது போல இருக்கும். அவளை ஆண்கள் பாம்பைப் பார்த்தது போல பயந்து விலகினர். கோயிலுக்கு வந்தால் செம்புலியின் பாதம் தொட்டு வணங்குவாள். உச்சி வெயிலில் குளப்படிக்கட்டில் நீரின் ஆழத்தில் ஊடுருவி வெறித்தபடி அமர்ந்திருப்பாள். நல்லபாம்பின் நிறத்திலிருக்கும் பூனைக் கண்களைக்கொண்ட அம்பிகாவை முதன்முதல் செம்புலி பார்த்தபோது நல்லதங்கமே அவர் எதிரில் நின்றாள்.

நாகமாகப் பிறந்த அம்பிகா தனக்கான நாகராசனைத் தேடியடையும் கொடுப்பினை வாய்க்காமல் புற்றுக்குள்ளேயே அடைந்துக் கிடந்தாள். அப்பாவுடன் இரும்பைக்கு வரும்போது மட்டுமே ஆண்டுக்கு இரண்டு மூன்று முறை புற்றிலிருந்து அவள் வெளிப்படுவதாக செம்புலியிடம் பூசாரி சொல்லியிருக்கிறார். அம்பிகா சிவப்புப் பட்டுடுத்தி குதிரை வண்டியில் வந்திறங்கி கோயில் நுழைந்தால், கருவறை முதற்கொண்டு எல்லா இடத்திலும் மஞ்சள் வெளிச்சம் பரவும். அவள் சென்ற பிறகும் சுவர்களிலும் சிலைகளிலும் மூலவர் மீதும் மஞ்சள் கறை அகலாமலிருக்கும். அது மெல்ல காற்றில் கரைந்து பழைய நிலைக்குப் பொருட்கள் திரும்ப ஒருவாரம் எடுக்கும். படமெடுக்கும் நல்லபாம்பின் அகன்ற முகத்தின் அழகு மணியின் மனம்விட்டு மறைய ஒரு மாதமாகும். பூசாரிக்கு வலியவந்து எடுபிடி வேலைகள் செய்தபடி அவளையே வளையவரும் மணியைப் பூத்தொடுத்தபடி அம்பிகா

சாடைமாடையாகப் பார்ப்பாள். மணி, படத்தைச் சுருக்கத் தெரியாத கருநாகம். அவனை யொத்தவனுடன் இழைவதே அம்பிகாவிற்குப் பொருத்தமாகும் எனப் பெருமூச்செறிவார் செம்புலி.

'பார்க்கும் பாம்புகளை எல்லாம் புணர விழைகிறாய். மனிதப் பெண்ணின் சதையின் சுவை பாம்புக் கறியின் சுவை கொண்டது. ஆணின் சுவை பன்றி இறைச்சியின் சுவை போன்றது. சமைக்கப்பட்ட சேவலின் சுவையும் கோழியின் சுவையும் வேறுவேறு. கால்நடைகள், பறவைகள் என எல்லாவற்றிலும் முட்டையிட்டு குட்டிப்போடும் பெண்ணினத்தின் சுவை ஆணினத்திலிருந்து வேறுபட்டது. மனித இறைச்சியின் சுவையும் அவ்வாறே ஆனது. என் நெடிய வாழ்வில் நல்லதங்கத்தைத் தவிர வேறொரு பாம்பின் சுவையை நான் அறிந்ததில்லை. பெரியகோயிலின் குடமுழுக்கன்றிரவு என் பிள்ளைகள் தூங்கும்போது மனைவியின் சடலத்தைத் தின்றுவிட்டேன். அந்த இரவு மட்டும் சிவன் அகோரியானான். விடிந்ததும் மண்டையோட்டையும் எலும்புகளையும் பார்த்து மருண்ட பிள்ளைகள் அம்மாவின் சடலம் எங்கே எனக் கேட்டு அழுதனர். நான் அமைதியாக, ராசராசனின் புலி தின்றுவிட்டது என்றேன். பிள்ளைகள் தொடை எலும்பையும் முழங்காலெலும்பையும் எடுத்துப் பார்த்து அழுதனர். மணி, யாரொருத்தியைப் புணர விழைகிறாயோ அவள் அகால மரணமடைந்தால் அச்சடலத்தை அருவருக்காமல் தின்றுவிடவேண்டும். அந்தத் தைரியம் உனக்கு இருந்தால் அம்பிகாவை இச்சிப்பதில் தவறொன்றுமில்லை. உன்னால் முடியுமா? அவளிடம் நான் பேசவா?' செம்புலி கண்களை மூடியபடி முணுமுணுத்தார். மணி மருண்டு விலகினான்.

000 000

ஆறு

செவ்வரளியின் மரணமும் மணிமீது அவனுடைய மாடு பழிதீர்த்த வன்மமும் அம்பிகாவை அசைத்துப் பார்த்தன. இரும்பைக் குளம் போன்ற அவளது உயிர்ப்பற்ற மனத்தில் கல் விழுந்து நீர் வட்டங்கள் பரவி படிக்கட்டுகளில் மோதின. மணி பெண்களிடம் மரியாதையுடன் பழகியவன்; ஆனால் எந்தப் பெண்ணுக்கும் நம்பகமாக இருந்ததில்லை. செவ்வரளி மீது அவன்கொண்ட காதலுக்கு அளவில்லை. அதே சமயம் பிற பெண்களின் மீதான நாட்டம் தணியவேயில்லை. எவளொருத்தியைக் கண்டதும் காதலாகிக் கசிந்துருகும் இயல்பினன். பத்து வயதில் தொடங்கிய இப்பழக்கம் முப்பது வயதில் மரணத்தில் தணிந்தது. அவன் வாழ்ந்த மாதங்களைவிட புணர்ந்தப் பெண்களின் எண்ணிக்கை அதிகம். அம்பிகாவைவிட மூன்று மாதங்கள் இளையவன். எந்தவொரு சந்தர்ப்பத்திலும் எந்தப் பெண்ணிடத்திலும் கண்ணியக் குறைவாக நடந்தவன் அல்லன். பெண்களை ஆராதித்தான். காமத்தைக் கொண்டாடினான். நெடுவழியில் தலைச்சுமையோடு நடந்து செல்லும் பெண்களைக் கண்டதும் அவனது மாட்டுவண்டி வலியச் சென்று நிற்கும். பெண்களிடம் அளப்பரிய ஆர்வமும் ஆவலும் கொண்டவன். ஆண்களிடம் எளிதில் பழகிவிடமாட்டான். செம்புலி, லாடம் கட்டும் கிழவர், பூசாரி இப்படியான முதியவர்களையே தேடிப்போவான். சாராயக் கடையில் பலகாரம் விற்கும் ஒருத்தியுடன் சமீபத்தில் பழக்கம் ஏற்பட்டது. பணக்கார வெள்ளைக்காரியுடன் பழக்கம் ஏற்பட்ட பிறகு காமத்தைவிட செல்வமே பெரியது என்ற முடிவுக்கு வந்தான். செல்வம் தன்னைக் கடவுளாக்கும் என நம்பினான். ஊர்க் கோயில் தெருக்கூத்தில் கண்ணன் வேடம்கட்டி விடியும்வரை கடவுளாக இருந்துப் பழக்கப்பட்டவனுக்குக் கொஞ்ச காலமேனும் ரத்தமும் சதையுமாகக் கடவுளாகி வாழ்ந்துப் பார்க்க ஆசை உண்டானது. எல்லா நீரோட்டங்களும் கடலில் சென்று முடிவதுபோல எல்லா ஆசைகளும் கரைபுரண்டு ஓடி மரணத்தில் கலக்கின்றன. உச்சி

வெயிலில் குளப்படிக்கட்டில் அமர்ந்திருந்த அம்பிகா, செம்புலி தன்னிடம் சொல்லியதை அசைபோட்டுக்கொண்டிருந்தாள். அதுசரி, காமம் எப்படி இருக்கும்? எழுந்து கோயிலை நோக்கி நடக்கத்தொடங்கினாள். குளத்தையும் கோயிலையும் இணைத்து ஒற்றையடிப் பாதை தொப்பூழ்க் கொடிபோல நெளிந்துக்கிடந்தது.

0

காமத்தின் அழகு அதிலிருந்து வெளிப்படும் கண்ணியத்தில் இருக்கிறது. ஒரு நாகரிகச் சமூகத்தின் பண்பாட்டு விழுமியம் காமத்தை அளவீடாகக் கொண்டது. முடிவற்றப் போரை நடத்திச் செல்ல ஒடுக்கப்பட்ட காமமே உந்துவிசையாக இருக்கிறது. சுற்றி வளைக்கப்பட்ட ஊரில் நுழைந்தப் போர்ப்படையின் முதல் இலக்கு ஆண்களைக் கொன்று பெண்களைக் கைப்பற்றுவதாக இருக்கிறது. போர் என்பது சமூகக் கூட்டு வன்புணர்ச்சிக்கான களம். காமத்தின் அறம் வழுவிய பேரரசு வரலாற்றால் புறக்கணிக்கப்படும். கருவறையில் லிங்கத்திற்கு இடுப்பில் சிறு வெள்ளை வேட்டியைச் சுற்றி அதன் நெற்றியில் திருநீறைக் குழைத்து முப்பட்டை இழுத்துத் தந்தை அலங்கரிப்பதை அம்பிகா வெறித்துப் பார்த்தபடி நின்றாள். இணைந்த ஆண் பெண் குறியீடுகளைக் கடவுளாக வணங்கும் சமூகம் எத்துணை உயரிய விழுமியங்களைக் கொண்டதாக இருக்க வேண்டும். ஆனால், நடைமுறையில் அப்படி இல்லையே. போலி மதிப்பீடுகளைக் கொண்ட அறிவு நயவஞ்சகமானது. பிறன்மனை விழையும் நபும்சக நாய்த்தன்மைகொண்டது. தான் இதிலிருந்துத் தப்பித்தாக வேண்டும். தன் உடம்பும் மனமும் பிளவுபடாத நிலையில் இருத்திவைக்கும் நாடு வேண்டும். பொந்திஷேரியைச் சார்ந்த அம்பிகா அங்கிருந்துத் தன்னை நாடு கடத்திக்கொள்ள நினைத்தாள். பிரான்சுக்குச் சென்றுவிடுவதே எளிய வழி. அதற்குத் தன்னைத் தவிர வேறு யாருமற்ற அப்பா தடையாக இருந்தார். அப்பாவின் மரணம் மகளை விடுதலை செய்யும்; அந்த நாளை செம்புலியும் எதிர்நோக்கினார். தன் வாழ்வில் நாகதோசம் உண்டாக்கிய நாடகீயம்; அதை நிகழ்த்திப்பார்க்க முடிவெடுத்தாள்.

அம்பிகா சிறுவயதிலேயே தாயை இழந்தவள். வயசுக்கு வருவதற்கு முன்னமே தாலியறுத்து முண்டச்சியாகி இருட்டு மூலையில் முடங்கிய அத்தையால் வளர்க்கப்பட்டவள். பூணூலைத் தவிர வேறு சொத்துபத்தற்ற அப்பா, அவருடைய அக்கா,

பிறக்கும்போதே தொடைமேல் பாம்பு ஊர்ந்த அம்பிகா. துய்ப்ளேக்ஸ் வீதிக்கும் பெரிய பார்ப்பனத் தெருவுக்கும் இடைப்பட்ட முட்டுச் சந்திற்குப் பெயர் சங்கரன் குளம். சவுண்டிப் பார்ப்பனச் சந்து. அதில் நான்காவது பிறை ஓட்டு வீடு. இரும்பை மாகாளத்தைப் பீடித்த வறுமை அதன் பூசாரியின் இல்லத்திலும் துலங்கியது. அம்பிகா, துலக்கப்பட்ட ஐந்தரையடி குத்துவிளக்கு. நடக்கும் தூரத்திலிருந்த அரசு நூலகத்திற்கு பிரான்சிலிருந்து சுடச்சுட கப்பலில் வந்திறங்கும் மொப்பசான், குஸ்தாவ் ஃபிளொபேர், எமில் ஸோலா, அர்துய்ர் ரேம்போ முதலானவர்களைப் பக்கத்துணையாக வீட்டுக்குக் கொண்டுவருவாள். அத்தையின் முற்றிய காசநோய் இருமலுக்கு அருமருந்தாய் சாராயத்தை ரகசியமாய் வாங்கித்தருவான் மணி. ஒரு நாள் நஞ்சுகலந்த சாராயத்தை புழக்கடையில் இருட்டில் நின்று குடித்த அத்தை அவளுக்கே தெரியாமல் செத்துப்போனாள். அம்பிகா ரகசியமாக தோட்டத்துக் கிணற்றில் தலைக் கவிழ்த்து அழுதாள். அவள் காதருகில் மணி ரகசியமாகச் சொன்னான்; ‘அத்தையின் மரணம் கதவு திறந்தது. நாளை அப்பாவின் மரணம் உன்னை விடுதலை செய்யும். பிரான்சுக்குப் போ. இங்கு உன்னைப் பீடித்த நாகதோசம் அங்கு வீரியமிழந்துவிடும். நானும் எப்படியாவது அங்கு வந்துவிடுவேன். இங்கு தூரத்தில் இருக்கும் நீ அங்கு தொடும் தூரத்தில் இருப்பாய்.’

மணி தன்னை இச்சிக்கவில்லை, மாறாக பூசனையோடு விழைவதை அம்பிகா ரகசியமாக ரசித்தாள். அம்பிகாவின் அறிவு தன்னை அவள் ரகசியமாக வைத்துக்கொள்வதில் சிறக்கிறது என்பதை மணிக்குச் சுட்டிக்காட்டியதே செம்புலிதான். பாவம் மணி. அவன் தன்னைத் தானே சிக்கலாக்கிக்கொண்டு அபத்தமாக செத்துப்போனான்.

மணி இல்லாதது பூசாரிக்கு ஒரு கை உடைந்தது போலானது. பூசைக்குக் குளத்திலிருந்து நீர்க் கொண்டுவர மிகவும் சிரமப்பட்டார். ஒருநாள் படிக்கட்டிலிருந்து வழுக்கிவிழுந்து நீருள் புதைந்துபோனார். நீரில் உடல்கள் புதைவதில்லை. கொஞ்சம் பொறுத்து மிதக்கத் தொடங்கிவிடும். ஆனால், பூசாரியின் உடல் வெளிப்படவேயில்லை. தந்தை இறந்து ஓராண்டிற்குள் மகள் பிரான்சிற்குப் புறப்பட்டாள். பூர்வீக வீட்டை விற்றப் பணம் கைகொடுத்தது.

'அம்பிகா, மணியின் ஆவி உன் தந்தையை நீருக்கடியில் அதலபாதாளத்தில் மறைத்து வைத்திருக்கிறது. நீ கண்டம் தாண்டிய மறு கணம் அவரை விடுவிக்கும். இரும்பை ஒரு பாடல் பெற்ற ஸ்தலம். இடைகாரி நாட்டின் இருபத்தி நான்கு சிவஸ்தலங்களில் உள்ள குளங்களுக்கு இக்குளத்திலிருந்து நீர்வழிச் சுரங்கப் பாதைகள் கிளைப் பிரிகின்றன. அப்பாதைகளின் வழியே நீந்தியபடி உன் தந்தை யாத்திரைச் சென்றுவிடுவார். காலத்தில் என்றேனும் அவர் திரும்பி வரலாம். இன்று இருப்பவர் யாரும் அன்று இருக்கமாட்டார். இந்த இரும்பை மாகாளமும் நானும் இருப்போம்.' கிழவர் கண்களை மூடி அமைதியானார்; பிரான்சுக்குச் செல்வதற்குமுன் செம்புலியிடம் ஆசி பெற அம்பிகா வந்த அன்று.

0

செம்புலி தன் வாழ்நாளில் இரண்டே முறை நல்லதங்கத்தைக் கலந்திருக்கிறார். இரண்டு பிள்ளைகள் பிறந்தனர். அவள் தழுவிய மார்க்கம் அவளை அவரிடமிருந்து உடம்பளவில் விலகி நிற்கவைத்தது. அம்மணச் சாமியின் மூக்கை உடைத்தவர்கள் குறியை உடைத்திருக்க வேண்டுமெனக் கறுவிக்கொட்டுவார். அவருக்கும் அவளுக்குமிடையே உருவாகி வளர்ந்த வெற்றிடத்தில் மூக்குடைந்தக் கல்லுருவம் கால்கள் நீட்டிப் படுத்திருந்தது. இதனாலேயே செம்புலி தன் துணைவி சார்ந்த எல்லாவற்றையும் வெறுத்தார். காமம் பொய்த்தக் குளத்தில் காதல் வறண்டது. மழை பொய்த்த மனம். எலும்புகள், நத்தையோடுகள், மீன் முட்கள். செம்புலி இரவுகளில் தனியாக அழுதார். வல்லத்தில் காம வணிகத்திற்கென்று தனி வீதி இருந்தது. அந்தத் தெருவழியாக அவர் பலமுறை சென்றிருந்தாலும் யார் வீட்டு வாசலிலும் கால்கள் தயங்கி நின்றதில்லை. காதலில்லாத காமம் தனக்குச் சாத்தியமில்லை என்பதை உணர்ந்தேயிருந்தார். குடமுழுக்குப் பெரும் கொண்டாட்டம் முடிவுக்குவந்த அந்த இரவு விடிவதற்குள் மனைவியின் சடலத்தைத் தின்றுதீர்த்தார். அவளைத் தனக்குள் புதைத்த பிறகு அவர், அவளும் ஆனார்.

செம்புலி, மணியிடம் காமம் குறித்து ஒருமுறை இவ்வாறு குறிப்பிட்டார்; 'மணி, ஆற்றைக் கடப்பது போல, காட்டைக் கடப்பது போல காமத்தைக் கடப்பது என்ற வாக்கியத்தைப் பிழையாக இச் சமூகம் பயன்படுத்துகிறது. காமம் என்பது

உயிர்மூச்சு, மரணத்தில்தான் அதைக் கடக்கமுடியும். காமத்தை மறுதலிக்கும் மதம் போலியானது; காமத்தின் அறமே சமூக மெய்ஞானம். மெய் என்று நான் குறிப்பிடுவது மனிதவுடம்பை. காமத்தால் மனிதவுடம்புக்கு ஏற்படும் நெருக்கடியை இலக்கிய மொழியில் செவ்வியல் வன்முறை என்பேன். அம்பிகா இந்த வன்முறைக்குத் தன்னை அனுதினமும் உட்படுத்திக்கொண்டவள். காமம் என்பது உடலுறவு அல்ல. உடலுறவு என்பது இனப்பெருக்கத்திற்கான தொழில்நுட்பம். காமம் என்பது மனிதகுலத்திற்கு மட்டுமேயான படைப்புமனப் பண்பாட்டுத் தொழில்நுட்பம். இந்தப் படைப்புமனம் மூளையின் ஆக்கச் சக்தியால் ஆனது. காமம் மனிதவுயிருக்கு மட்டுமே வாய்த்தப் படைப்பாற்றல். காமத்தில் சிறந்த சமூகமே கலையியல், அறிவியல் தொழில்நுட்ப வளர்ச்சிப்பெறும். மனத்தின் மையப் புள்ளியிலிருந்து எதிரெதிர் திசையில் நடந்தால் கடவுளையும் காமத்தையும் அடையலாம். கடவுள் இறப்பையும் காமம் படைப்பையும் ஆதாரமாகக் கொண்டவை. இவை இரட்டை எதிரிடை. ஒரே புள்ளியில் சுழன்று ஒன்றையொன்று எதிர்த்தியங்குபவை. கருவறையிலுள்ள யோனியும் லிங்கமும் கோர்த்த எதிரிடையில் எது கடவுள், எது காமம் என்பதை நீயே கண்டுபிடி. செவ்வரளி, அம்பிகா, வெள்ளைக்காரி, சாராயக்கடை தொடுகறிக்காரி இந்நால்வரில் யார்யார் தொடையிடுக்கில் யோனியும் லிங்கமும் அமையப்பெற்றவர் என்பதைத் தொட்டுத்தடவி அறிந்துவா; நீ யோனியாலானவனா லிங்கத்தாலானவளா என்று அறுதியிட்டுச் சொல்கிறேன்.'

"ஐயா, அன்றொருநாள் அம்பிகாவின் நாகதோசம் குறித்துக் கேட்டேன். குளத்தில் நீரலைகள் எழுந்து படிகளில் மோதும்படி சிரித்தீர்கள். அப்படியொரு பேய்ச்சிரிப்பை உங்களிடமிருந்து நான் எதிர்பார்கவில்லை. சிரிப்பு அடங்கியப் பிறகும் குளத்தில் ஓளங்கள் நெடுநேரம் அடங்கவில்லை. ஆழ்ந்த மௌனத்திற்குப் பிறகு பேசினீர்கள்; 'அம்பிகா ஒரு நாகசாதிப் பெண். படம் என்பது பாம்புக்குமுண்டு, பெண்ணுக்குமுண்டு. படமில்லாதப் பெண்கள் முட்டையிடும் கோழிகள். அம்பிகா, படமெடுத்து நிற்கும் விடைத்த நாகம். அப்படியான பெண்கள் ஆண்மைக்குள் அடங்குவதில்லை. தனக்குள் அடங்காதப் பெண்களை ஆண்கள் அழித்துவிடுவர்; முடியாவிடில் அவர்களை விலக்கிவைத்துவிடுவர். அம்பிகாவை ஒத்தவர்கள் ஆண்மையின் அதிகார ஆளுகைக்குக் கட்டுப்பட

மறுப்பவர்கள். அவளைப் பார்த்தாலே தெரிகிறது; இதில் தோசம், சோதிடம் போன்ற புரட்டல்கள் புகுந்து விளையாடுகின்றன. மணி, ஆண்மையின் முழுமை பெண்ணாவதில் நிறைவடைகிறது. அந்த அழகை ஆண் தன் மரணத்தில்தான் தரிசிக்கிறான். வல்லமைமிக்க முகலாயப் பேரரசர்கள் இறக்கும் தறுவாயில் மனத்தளவில் பெண்ணாகிப் பால் திரிந்தவரே . எந்த வொரு கொடுங்கோலனும் ஆணாகவே இறப்பதில்லை. பாம்பில் நல்ல பாம்பு அம்பிகா. அவளை மணம் முடிப்பவன் வாழும்போதே முழுமை அடைவான். யோனியும் லிங்கமும் கோர்த்த வடிவமே கடவுளின் உச்சபச்சம். இதற்கும் அப்பாலான ஒரு தோற்றம் கடவுளுக்கு இதுவரை அமையவில்லை.'

கடவுளின் கனவு போன்ற வெறுமையாலான குளத்தில் மணியின் நிழலும் செம்புலியின் நிழலும் பிரதிபலித்தன. சலனமற்ற நீர்ப்பரப்பில் பழுத்த வேப்பிலை விழுந்து இரண்டு உருவங்களையும் அசைத்துப் பார்த்தது. ஆடியசைந்த நிழல்கள் பழைய நிலைக்கு வந்தன. இப்பொழுது இரண்டில் ஒன்று மறைந்துவிட்டிருந்தது. செம்புலி மட்டும் படியில் அமர்ந்திருந்தார். அவர் தன் பேச்சைத் தொடர்ந்தார்; 'மணி, பிறப்பிலும் இறப்பிலும், இவற்றிற்கு இடைப்பட்ட பல நிகழ்வுகளிலும் மனிதர் நவீனராக இருக்கிறார். ஆனால், அழும்போது அவர் தொன்மையானவராகவே வெளிப்படுகிறார். மனைவியை இழந்து, ஆண்டுகள் பல கடந்து மக்களைப் பிரிந்து நான் தனியனான பிறகு இந்த நெடிய வாழ்க்கையில் அழுததேயில்லை. கண்ணீர் தனிக்கூற்றுச் சொல்லாடலால் உருவாவது. சொல்லாடலைப் போல கண்ணீர் தொன்மையானது. சொல்லாடலின் பயன்பாடு முற்றாக ஒழிந்த பிறகும் மனிதருக்குக் கண்ணீர் சுரக்கும். கதைகளற்ற வெளியில் நிற்கும்போது மட்டுமே கண்ணீர் வறண்டுபோகும். நான் கதைகளற்றவன். உன்னிடம் கதைகளில்லாவிடில் நீ காலத்தைவிட்டு விலகி நிற்பாய். கதைகளற்றவரிடம் காலம் செயல்படாது. சமூக உறவுகளாலேயே கதைகள் பல்கிப் பெருகுகின்றன. தனியருக்குச் சொல்ல சொந்தக் கதைகூட இல்லை. என்னைப் பற்றிய கதைகள் உள்ளனவே தவிர என்னிலிருந்துக் கிளைத்த கதைகளென்று ஒன்றுமில்லை. மணி, ஒருவர் பிறந்ததும் சாதகம் கணிக்கும் வழக்கம் நம்மில் ஆதிகாலந்தொட்டு இருந்துவருகிறது. நம்மை வைத்து எழுதப்படும் முதல் கதை அது. கிரகங்களால் நிகழ்த்தப்படும் பிரபஞ்ச நாடகம். உன்னைப் பற்றிய

பிரதியின் மூல ஆசிரியன் நீதான். எழுதப்பட்டக் கதையை கையில் பிடித்துக்கொண்டு அதன்படி வாழ்ந்து முடிக்கிறாய். எனக்குச் சாதகம் கணிக்கப்படவில்லை. நான் மாட்டுக் கொட்டகையில் கண்டெடுக்கப் பட்டவன். தாய் தந்தை யாரென்று தெரியாது. நான் பிறப்பதற்கு ஆயிரம் ஆண்டுகளுக்கு முன்பு என்னைப் போலவே மாட்டுக் கொட்டகையில் பிறந்த ஒருவன் தன்னை கடவுளின் மைந்தன் எனச் சொல்லித் திரிந்தானாம். இழுத்துக் கொண்டுபோய் மலையுச்சியில் கழுமரத்தில் ஏற்றினார்களாம். அவன் ஏராளமானக் கதைகளை உண்டாக்கினான். அவனைப் பின்தொடர்ந்தவர்கள் அவனைப் பற்றிய ஏராளமானக் கதைகளை உண்டாக்கினார்கள். அவன் அடிப்படையில் கதைகளாலானவன். நான் அப்படியல்லன். கதையற்றவன். இந்தக் குளத்தைப் போல சூன்யன். வெறும்பயல்.' செம்புலி ஓசையின்றி சிரித்தார். உடம்பு குலுங்கியது.

0

மணி இனி இல்லை. வாரமொருமுறை கோயிலுக்கு வந்துபோய்க் கொண்டிருந்த பூசாரி தொலைந்துபோனார். விமானமேறி கண்டம் தாண்டிய அம்பிகா செம்புலியின் சிந்தையிலிருந்து கரைந்து காற்றில் தடயமற்றுக் கலந்தாள். செம்புலி மீண்டும் தனியரானார். இது அவருக்குப் புதியதில்லை. ஏற்கெனவே கோயில் வேலைகளை செம்புலியே கவனித்துப் பழக்கப்பட்டதால், பூசாரி இல்லாத குறை தெய்வத்திற்குத் தெரியவில்லை. இத்தனை நாட்கள் வேறெங்கேயோ இருந்த நல்லதங்கம் ஊர்ந்துவந்து மீண்டும் கருவறைக்குள் அடைந்தது. விளக்கெண்ணெய், கற்பூர மணத்தை மீறிய நல்லபாம்பின் வாசனை கிழவரை தொல்லைபடுத்தியது.

வாழ்க்கையில் தான் சந்தித்த மனிதரை ஞாபகம்கொண்டு, அவரை எதிரே நிறுத்தி நலம் விசாரித்து உரையாடுவது கிழவருக்கு சுவாசம்போல தன்னிச்சையான நிகழ்வு. சிலரைத் தோண்டியெடுக்க வேண்டும். சிலர் ஆழத்திலிருந்துத் தாமே மேலே மிதந்து வருவார்கள். இறந்தவர், உயிரோடு இருப்பவர், வரலாறில் நிலைத்தவர், வரலாறில் தொலைந்தவர், மீண்டுவந்து வரலாறை மாற்றி எழுதியவர் என அவருக்கு ஏராளமானோர் உடனிருந்தாலும், நினைத்ததும் ரத்தமும் சதையுமாக எதிரே நிற்பவள் நல்லதங்கம் ஒருத்திதான். தன் உடம்பைத் தவிர்த்து வேறோர் உடம்பை தனக்கெனச் சொந்தம் கொண்டாடியது

அவளுடம்பைத்தான். தனக்கு ஒற்றை உடம்பின் போதாமையால் புணர்ந்துப் பெற்றெடுத்து பிற உடம்புகளை மனிதர் பெருக்கிக்கொள்கிறார். போதாமையின் மூலவூற்றின் முதல் துளி தன் சொந்த உடம்பிலிருந்தே துளிர்க்கிறது. போதாமை என்ற வேட்கைக்குத் தன் உடம்பே அடிப்படை காரணமாகிறது. ராசராசன் தனது போதாமையை உணர்ந்ததாலேயே கோயில் மூலத்தில் உலகமகா லிங்கத்தைப் படைத்தான். போதாமையை முன்வைத்தே வரலாற்றில் அதிமனிதரும் எதிர்மனிதரும் உருவாகிறார். இந்த இருவரை மட்டுமே சமூக வரலாறு தன்னைக் கட்டமைத்துக்கொள்ள பயன்படுத்திக்கொள்கிறது. இவ்விரட்டை எதிர்நிலைகளுக்கு அப்பால் செம்புலி சாதாரணனாய் தனித்து நிற்கிறார். வரலாற்றில் எந்தவொரு கடப்பாடுமற்று தனித்து நிற்கும் முதல் நபர். வரலாறு, எதிர் வரலாறு இவற்றை உருவாக்குபவர் அல்லர்; விலகி நின்று வேடிக்கை பார்ப்பவர். இவரை ஒத்தவருக்கான மூன்றாம் பக்கத்தை, மூன்றாம் பரிமாணத்தை வரலாற்றில் ஏற்படுத்த வேண்டும். வரலாற்றால் புறக்கணிக்கப் பட்டவர்களால் வரலாற்றைப் புறக்கணித்தவர்களால் மூன்றாம் வரலாறை எழுதிப்பார்க்க வேண்டும்.

000 000

ஏழு

பல நாட்களுக்குப் பிறகு அன்றொருநாள் மணியிடம் செம்புலி பேசினார்; 'மணி, நான் வரலாற்றால் புறக்கணிக்கப்பட்டவன் அல்லன்; மாறாக வரலாறை நான் புறக்கணித்தேன். தனிமனிதப் புரட்சி என்பது தன் மீது ஏற்றப்பட்ட வரலாறைப் புறக்கணிப்பதிலிருந்துத் தொடங்குகிறது. வரலாறை எப்படிப் புறக்கணிப்பது? காலத்தின் முன் பின் தொடர்பறுத்துத் தனித்து இயங்குவதன் மூலம். சமூகத்தால் சேகரித்துத் தரப்படும் அறிவை மறுதலிப்பதன் மூலம். அரண்மனையின் அதிகார எல்லைகளுக்குள் அடைபடாமல் கோயில்களுக்குள் புகுந்து தலைமறைவாவதின் மூலம். மணி, காட்டுக்குள் பதுங்குவது எந்தக் காலத்திலும் பாதுகாப்பானதில்லை; எனவே கோயில்களுக்குள் பதுங்கிக்கொள்ள வேண்டும். அரண்மனைக்கு எதிரானது கோயில். ராசராசனின் அரண்மனை இன்றில்லை; ஆனால் அவன் எழுப்பிய கோயில் இருக்கிறது. கோயிலை நாம் பயன்படுத்தும் முறையில் அது புரட்சியாளர்களின் பாசறையாகவும் அடியார்களின் மடப்பள்ளியாகவும் உருமாறுகிறது. கோயில் என்பது எதிர் அதிகார மையம். அங்கு அரசனுக்கோ ஆட்சியாளர்களுக்கோ இடமில்லை. அது பிறழ்ச் சமூகர்களின் தனிச்சொத்து. அங்கே அரசன் உள்ளிட்ட அந்நியர்கள் நுழைய அனுமதியில்லை.' கிழவர் பேச்சை நிறுத்தினார். வெயிலில் அலைந்துவிட்டு வந்திருந்த மணி, கருங்கல் தரையில் முதுகுப் பனிக்கப் படுத்தான். வேப்பங் காற்று பரந்த மார்பில் படர்ந்தது.

'என் மருமகள்கள் ஜெயராணியும் கலைராணியும் இரட்டைப் பாம்புகள். வார்த்தைகளாலேயே எதிராளியைக் கொல்லும் சிறப்புப் பெற்றவர்கள். ஆனால், என்னை அவர்களால் கொல்ல முடியவில்லை. அவர்களுடைய வார்த்தைகள் என்னைக் கடித்துச் செத்து விழுந்த கொசுக்களாயின. மகன்கள் நடுயிரவில் என்னை வீட்டைவிட்டு வெளியேற்றினர். வெளியேற்றப்பட்டவனுக்குக்

கோயில் மட்டுமே அடைக்கலம் தந்தது. கோயில் குளத்தில் குளித்து, கோயில் சோற்றைத் தின்று, கோயில் கிணற்று நீரைப் பருகி வாழ்பவர்க்கு மரணமில்லை. வெளியேறியவருக்கும் வெளியேற்றப்பட்டவருக்கும் மட்டுமே கோயில் உருவானது. காலப்போக்கில் கடவுள் அங்கே குடியேறிய பிறகு – அதிலும் வைணவக் கோயிலின் கடவுள் எப்போதும் கால்களை நீட்டிப் படுத்துத் தூங்கியபடியே இருக்கும்– சத்திரம் என்ற அமைப்புத் தோன்றியது. கோயிலுக்குக் கடவுள் இரண்டாம் பட்சம்; என்னைப் போன்றவருக்குத்தான் அந்த அமைப்பு ஆதியில் உருவானது. சமூக மனத்திலிருந்த கடவுள், அங்கிருந்துக் கொஞ்சம் கொஞ்சமாக வெளியேற்றப்பட்டு கோயிலுக்குள் அடைத்துப் பூட்டப்பட்டதால் என்னைப் போன்றவர்கள் அங்கிருந்து வெளியேறினோம். பெரிய நிலப்பரப்பை உருவாக்கி என்னையொத்தவர்களை தேசம் முழுவதிலுமிருந்துத் திரட்டித் தொகுத்து எமக்கென்று புதிய நாடு படைக்கத் தேவையான அளவிற்கு மக்கள் தொகையில் கணிசமாக நாங்கள் இருக்கிறோம். ஜெயாவும் கலாவும் இல்லாத நாடில்லை, ஊரில்லை, வீடில்லை. மகனே மணி, நாம் ஆர்க்கும் குடியல்லோம் நமனை அஞ்சோம்.' செம்புலி பலமாகச் சிரித்தார். கோயிலில் நிழலுக்கு ஒதுங்கிய வழிப்போக்கன் திடுக்கிட்டுக் கிழவரை மருட்சியோடு பார்த்தான்.

'ராசராசன் தலைமையில் சோழநாடு கட்டமைவதற்கு முன், அந்த இரட்டைப் பாம்புகளால் தஞ்சைத் தரணி சின்னாபின்னமானது. காவிரி ஆற்றோடு அடித்துச் செல்லப்பட்ட ஜெயராணியின் பிணம் கொள்ளிடத்தில் கரையொதுங்கியது. படைவீரர்களால் நாள் முழுவதும் தேடப்பட்ட சடலம் முதலைகள் குதறிய நிலையில் சின்னாபின்னப்பட்டுக் கிடந்தது. விடம் ஊடிய அவ்வுடலைத் தின்ற முதலைகள் தாமும் அவ்விடத்தால் தாக்குண்டு நதித்தடத்தில் ஆங்காங்கே செத்துக் கரையொதுங்கின. ஐந்து விரல்களின் நஞ்சு தோய்ந்த நகங்கள் ஆழப்பதிந்த முதுகுப் பகுதியின் முன்பக்கம் சிதையாத நீலம் பாரித்த இரு முலைகளோடுகூடிய தொப்பூழுக்கு மேலான முண்டம் கண்டெடுக்கப்பட்டது. நடு மார்பில் பச்சைக் குத்தப்பட்டிருந்த பாம்பின் படத்தை அடையாளங்காட்டி, இது ஜெயராணியின் உடல்தான் எனக் கலைராணி அரண்மனை அதிகாரிகளிடம் உறுதிபடுத்தினாள். ஜெயராணி என்ற பாம்பின் நடுக்கண்டம் அரச மரியாதைகளுடன் புதைக்கப்பட்ட இடத்தில் ராசராசனின் அரண்மனை நூறாண்டுகளில் புலிக்கொடியோடு

எழுந்து நின்றது. பாம்பு ஊர்ந்தப் பாதையில் புலி நடந்த கதை மட்டும்தான் உனக்குத் தெரியும் வழிப்போக்கனே. புலியின் வரலாற்றுக்கு முந்தைய பாம்பின் வரலாறை யாரறிவார்?'

'வழிப்போக்கனே, என் பெயர் செம்புலி. நான் சோழர் தேசத்தவன். அங்கிருந்து கடலோரமாக நடந்துவந்து இடைக்காரி நாட்டில் கரையேறி இரும்பை மாகாளத்தில் குடிப்புகுந்தவன். இதோ வெற்றுடம்போடு தரையில் படுத்துத் தூங்குகிறானே, இவன் பெயர் மணி. இடையர் சாவடியைச் சார்ந்தவன். இவன் செத்து ஆறு மாதங்கள் கழிந்துவிட்டன. மாட்டுப் பொங்கல் அன்று மாடுமுட்டிச் செத்தான். பேச்சுத் துணைக்கு இவனைத் தவிர வேறு யாரும் எனக்கில்லை.'

'வழிப்போக்கனே, வரலாற்றில் தொலைந்தவர் சாவதில்லை. சற்றுமுன்பு ராசராசனைப் பற்றிச் சொன்னேனே, அப்பேரரசனின் அரண்மனையைத் தொல்லியல் துறையினர் தோண்டித் தோண்டித் தேடுகிறார்களாம்; அரண்மனை இருந்த இடத்தை அறுதியிட ஒருத் தடயம்கூடக் கிடைக்கவில்லையாம். என்னிடம் ஒரு துருப்பு இருக்கிறது. மண்ணில் புதைந்த சுட்ட மண்ணைத் தவிர மற்றவை மட்கிவிடும். பாம்பின் நடுக்கண்டம் சுட்டத் தாழிக்குள் வைத்துப் புதைக்கப்பட்ட இடத்தில்தான் அரண்மனை அன்று கட்டப்பட்டிருந்தது. அதை இன்று தோண்டியறிய முற்படும் அகழ்வாய்வறிஞர்களின் கையில் பாம்புப் படம் பொறித்தத் தாழி எந்தயிடத்தில் தட்டுப்படுகிறதோ அந்த இடம்தான் அரண்மனை இருந்த இடம். இதுதான் நான் தரும் துருப்பு. அந்தத் தாழிக்குள் பாம்பின்மட்கிய எலும்புத்தூசுகள் இருந்தால் அதைத் தாழியிலேயே வைத்து மீண்டும் எடுத்த இடத்திலேயே புதைத்துவிட வேண்டும். எடுத்து வெளியில் வைத்தால் அப்புழுதியிலிருந்து மீண்டும் ஜெயராணி உயிர்த்தெழுவாள். அப்படியவள் உயிர்த்தெழுந்தால் உலகம் தாங்காது. வழிப்போக்கனே இச்செய்தியை தஞ்சை சென்று அகழ்வாய்வறிஞர்களிடம் தெரிவித்துவிடு. நானும் தூங்கப்போகிறேன். இன்று ஒருவரும் கோயில் தேடிவந்து எனக்குப் பிச்சையிடவில்லை. தூங்கிவிட்டால் பசியெடுக்காது.'

0

வழிப்போக்கன் கட்டுச்சோற்று மூட்டையுடன் செம்புலி அருகே அமர்ந்து அவரைத் தொட்டெழுப்பினான்; "ஐயா, புளியோதரையும்

உருளைக்கிழங்கு வறுவலும் இருவர் சாப்பிடும் அளவிற்கு என்னிடம் இருக்கின்றன. நாம் பகிர்ந்துண்ணலாம். எழுந்திருங்கள்"

'மகனே, உன்னைவிட என்னைவிட எந்தவொரு பேரரசனையும்விட பிடிச்சோறே உலகில் உயர்ந்தது. கோடானுகோடி வயிறுகளில் உயிர் மலர்ச்சியை உண்டாக்கும் சோறு ஈசனின் முதல் வடிவம். நட்டுவைத்த ஒற்றைச் சோற்றுப் பருக்கையே லிங்கரூபம். நீ உனது கடவுளைப் பகிர்ந்துண்ண அழைக்கிறாய்.'

"ஐயா, நீங்கள் யாரையோ விளித்துப் பேசிக்கொண்டிருந்தீர்கள். அப்பேச்சு பாம்பைப் பற்றியதாக இருந்தது. நான் சிறுவனாக இருந்தபோது நண்பர் இருவருடன் சேர்ந்து விளையாட்டாக, செம்மண்ணோடையோரப் பனங்காட்டில் செடி கொடிகள் செறிந்த முட்புதருக்குள் பத்திருபது முட்டைகளைச் சுற்றியணைத்துப் படுத்து அடைகாத்த நல்லபாம்பை விரட்டிவிட்டு முட்டைகளை எடுத்துவந்து இந்தக் கோயில் குளத்தில் ஒவ்வொன்றாக விட்டெறிந்து விளையாடினோம். நீரில் விழுந்த முட்டைகள் பொரிந்து பாம்புக் குஞ்சுகள் நீந்தத் தொடங்கிய அதேகணம் செத்து மிதந்தன. ஞாபகமிருக்கிறதா? நீங்கள்தான் அது; குளப்படிகளில் இறங்கியபடி எங்களை விரட்டினீர்கள். நாங்கள் கத்திக்கொண்டு ஓடிவிட்டோம். இது நடந்து கால் நூற்றாண்டாகிறது. நாங்கள் மூவர். இன்று திசைக்கொருவராய் பிரிந்த பிறகும் தொடர்பில் இருக்கிறோம். எங்களுக்குத் திருமணமாகி இதுநாள்வரை குழந்தைபாக்கியம் இல்லை. தாய்ப் பாம்பின் சாபமாக இருக்குமோ என ஐயுறுகிறோம். நாகதோசம் தீர போகாத கோயில் இல்லை, சுற்றாத புற்று இல்லை. நீர் நிலபுலம் ஐந்துமிருந்தும் பேர் சொல்ல ஒரு பிள்ளை இல்லை. வீட்டில் நிம்மதி இல்லை. பெண்டாட்டி கறுவிக்கொட்டுகிறாள். எங்கள் மூவர் வீட்டிலும் இதே நிலைமைதான். ஐயா, நீங்கள் ஒரு பாம்புடன் வாழ்வதாகக் கேள்விப்பட்டேன். இன்றுதான் உங்களைப் பார்க்கும் காலநேரம் கூடிவந்திருக்கிறது. ஏதாவது மார்க்கமிருந்தால் சொல்லுங்கள் ஐயா." வழிப்போக்கன் நாத்தழுதழுக்க கண்ணீர் மல்கக் கைகூப்பினான்.

செம்புலி அள்ளியப் புளியோதரையை கையில் ஏந்தியபடி அவனையே பார்த்தபடி இருந்தார்; 'மகனே, மனித உறவுகளின்

குட்டிக்குட்டி நாடகீய அசைவுகள் கூடியே மகா காவியங்கள் உருத்திரள்கின்றன. இது மலட்டுக் குளம், இதில் உயிர்த்தங்காது. இந்தக் கோயிலின் கருவறை சபிக்கப்பட்டது. மூலவர் தலை சில்லாக உடைந்துப் பெயர்ந்து மூளியாக நிற்கிறது. பிறகு அதுவே இதன் சிறப்பாகிக் காலம் கடந்து நிலைக்கிறது. வாழ்க்கையின் ஒவ்வொரு கணமும் மாயப் புதிர்களாலானவை. நான் காலத்தில் என்றோ சந்தித்த ஒருவன் எனக்குச் சொன்னக் கதையை உனக்குச் சொல்கிறேன் கேள்: அவன் சொன்னான்; ஒரு கோயில் குளத்தில் குடும்பத்தாரோடு நீராடிக்கொண்டிருந்தபோது தனக்கு மனைவியாக வாழ்க்கைப்பட இருந்தவளுக்கு நாள் தவறி மாதவிலக்குக் குருதி வெளிப்பட்டுவிட்டது. அவள் அதை உணரவில்லை. ஈர ஆடையை மாற்றும்போது அறியவந்தாளாம். குளத்து நீரில் கலந்த கெட்டக் குருதியால் பாதிப்புற்று சில மணித்துளிகளுக்குள் எல்லா மீன்களும் செத்து மிதந்தனவாம். மீன்களைக் கொத்திக்கொண்டு பறந்த காகம் உள்ளிட்டப் பறவைகள் நகரத் தெருக்களிலும் மொட்டை மாடிகளிலும் செத்து விழுந்தனவாம். காடுகரை எங்கிலும் செத்துக்கிடந்த பறவைகளைத் தின்ற நாய் நரிகளும் கழுதைப்புலிகளும் வயிறு வீங்கி வெடித்து நாறிக்கிடந்தனவாம். பிற கிணறு, குளம், ஏரி, ஆறு என எல்லா நீர்நிலைகளிலும் நஞ்சு பரவி கால்நடைகள் அருந்தக்கூட தகுதியற்றதாய் நீராதாரங்கள் கெட்டுப்போக; பயிர்கள் கருகி, மரம், செடி கொடி எனத் தாவர வர்க்கம் பட்டுப்போய்க் கிடந்தனவாம். நகரிலும் சுற்றியுள்ள ஊர்களிலும் நீர் நிலைகளெல்லாம் விடமாகி நொதித்து வழிந்தனவாம். மனிதர்கள், ஊர்வன தவிர்த்த நடப்பன, நீந்துவன யாவும் செத்தொழிந்து மிதக்க; ஆற்றில் முதலைகள், ஆமைகள் யாவும் செத்து மிதந்து கடலில் கலந்து அலைகளால் கரையொதுங்கினவாம். கடல் நீரின் உப்புத் தன்மையால் ஆற்று நீரின் நஞ்சு வீரியமிழக்க; ஊரில் பரவிய கொள்ளை நோய்க்கு உப்பே மருந்தானதாம். கடல்புரத்திலிருந்து மூட்டை மூட்டையாக உப்பு கொண்டுவரப்பட்டு நகரத் தெருக்களிலும் கிராமங்களின் சந்து பொந்துகளிலும் தெளிக்கப்பட்டதாம். பசி, தொடர் பட்டினி, தானியக் களஞ்சியங்களில் சிலந்தி வலைகள் அடர்ந்தன. விதை நெல்லைக்கூட வறுத்துப் புடைத்துத் தின்றாகிவிட்டது. ஊரில் செல்வம் இருந்தும் ஒரு பிடி சோறு இல்லை. குடிக்க ஒரு மிடறு நீரில்லை. ஆறு, ஏரி, குளம், குட்டை எல்லாம் நஞ்சாய்த் திரிந்த நிலையில் மழைக்காலம் தூறலோடுத் தொடங்கியது. ஒரு மாதம் முழுவதும் இரவு பகல் எல்லாம் தொடர் மழை. ஏரி உடைந்து

ஊர் வெள்ளத்தில் மூழ்கியது. ஆறு தடம்மாறி நகரத் தெருக்களில் வெள்ளம் பெருக்கெடுத்து ஓட, மக்கள் படகுகளிலும், சிலர் வீட்டுக் கதவுகளை அவிழ்த்துப் போட்டு தெப்பம் கட்டியும் மேட்டு நிலம் நோக்கி மிதந்தனர். மழைக்காலம் முடிவுக்கு வந்தது. நீர் நிலைகள் நிறம் மாறின. புதிய மீன்கள், புதியப் பறவைகள், புதிய மண் புழுக்கள் தோன்றின. அந்த நகரத்திலும் சுற்றியுள்ள கிராமங்களிலும் சிற்றூர்களிலும் புதிதாய்ப் பிறந்த ஆண், பெண் குழந்தைகளின் நாவில் ழகரம் திரிந்து லகரமாக வெளிப்பட்டது. காலப்போக்கில் நாடு முழுக்க ழகரம் வழக்கொழிந்து லகரமான கதையை இரவு தூங்கப்போகும்போது சொல்கிறேன். மகனே, நான் ழகர உச்சரிப்போடு சரியாகப் பேசுகிறேன். நீ லகரம் என உச்சரித்துத் தவறாகப் பேசுகிறாய். நீயும் உன் துணைவியும் ஒழுங்காக ழகரத்தை உச்சரிக்கும்போது குழந்தைக் கருத்தரிக்கும். உன்னையும் உன் நண்பர்களையும் பீடித்த நாகதோசம் விலக இதுவே நல்வழி. அருகம்புல் சாறைக் கர்ப்ப வாசல் வழி உள் செலுத்தி அறை நிரம்பி வெளியே வழிந்த பிறகு உறவுகொண்டுவா. அருகம்புல், நாக விடம் முறிக்கும். புளியோதரை சுவையாக உள்ளது. நன்றி, மகனே.'

0

வெயில் தணியவும் மாலை இளம் இருள் கோயிலுள்ளே புகை போல் படர்ந்தது. அமர்ந்த இடத்திலிருந்தே அங்குமிங்கும் பார்வை வழிப்போக்கனைத் தேடியது. அவன் இல்லை. செம்புலி சுற்று நடையில் ஆங்காங்கே அகல் விளக்குகளைப் பொருத்தினார். ஒற்றையடிப் பாதையில் குளத்தை நோக்கி நடந்தார். படிகளின் ஆழத்தில், பாதங்கள்நீரில்நனையவழிப்போக்கன்அமர்ந்திருந்தான். கிழவர் அவனுக்குப் பக்கத்தில் ஓசையின்றி உட்கார்ந்தார்; 'மகனே, ஊருக்குத் திரும்பாமல் இன்னும் இங்கேயே இருக்கிறாய்?'

"ஐயா, அதிகாலையில் புறப்பட்டுப் புதுச்சேரிக்குப் போகிறேன். அங்கே என் மாமியார் வீட்டில்தான் வீட்டுக்காரியை விட்டுவிட்டு வந்திருக்கிறேன். உங்களுடன் பேசிக்கொண்டிருந்தால் ஆறுதலாகவும் நம்பிக்கையாகவும் இருக்கிறது. மீன் இல்லாத குளத்தை வேறெங்கும் கண்டதில்லை. நீர்நிலைக்கு மீன்தான் அழகு. என் சொந்தக் குளத்தில் பொரிந்து நீந்தும்போதே மீன்குஞ்சுகள் கரிந்துச் சாம்பலாகின்றன. சாபம் வாழ்நாளெல்லாம் தொடரும் போலும்."

'ஆம், சாபம் என்பது உனது குற்றவுணர்வு. அது அடுத்த ஜென்மத்திலும் தொட்டுத் தொடரும். மகனே, ஒரு கதைச் சொல்கிறேன் கேள்: மாமல்லபுரத்தில் இளம் கல்தச்சர் இருவர் வெவ்வேறு பகுதியிலிருந்து இங்குவந்து சிற்பத் தொழில் செய்துவந்தனர். வெவ்வேறு மொழிபேசும் அவர்களுக்குள் அப்படியோர் அந்யோன்யம். கிழக்குக் கடல் மீன் குழம்பின் சுவையில் ஆழ்ந்த ஈடுபாடும் பக்தியும் உண்டாகி சொந்த நாடு திரும்பும் யோசனையின்றி இருந்தனர். மீனவக் குப்பத்துத் தாய் ஒருத்தி அவர்களின் இருப்பிடத்திற்கு வந்து நாள்தோறும் சமைத்து வைத்துச் செல்வதை வழக்கமாகக் கொண்டிருந்தாள். அவளுடைய மகள் புயலாயி மல்லை மீன் சந்தையில் மீன் வாங்கி விற்கும் வியாபாரத்தில் ஈடுபட்டுவந்தாள். அவளுடைய தந்தையும் கணவனும் ஒரே படகில் சென்று புயலில் சிக்கிக் கரைத் திரும்பாமல் போனார்கள். திசைக்கெட்டு காட்டில் தொலைந்தவர்கள் உயிரோடு இருக்க வழியுண்டு. கடலில் தொலைந்தவர்கள் உயிரோடு ஊர்த் திரும்ப வழியில்லை. தாயும் மகளும் ஆண் துணையின்றி அநாதரவானார்கள். புயலாயி சிற்பிகள் இருவரிடமும் பேதமற பாசமுடன் பழகினாள். காலப்போக்கில் இருவருடனேயே தங்கத் தொடங்கினாள். புயலாயி கருவுற்றதும் தாய் மனம் குளிர்ந்தாள். முந்தைய வாழ்வில் அவளுடைய கணவன் கள் குடித்துவிட்டு மலடி எனப் பழிப்பேசி அடித்து உதைப்பான். ஊரும் மகளை மலடி என்றே புறணி பேசியது. இன்று மகள் கருவுற்றதும் தாய் மகிழ்ந்தாள். இருவரில் ஒருவன் ஊரறிய கோயிலில் வைத்துப் புயலாயி கழுத்தில் மஞ்சள் கயிறு கட்டினான். இன்னொருவன் நடுவீட்டுத்தாலி கட்டினான். பத்துத் திங்களில் ஆண்மகவுப் பிறந்தது. பிள்ளை, இருவரில் மூத்தவன் சாடையில் கறுப்பாக இருந்தது. மாநிறமான இளையவனுக்குப் பிள்ளைத் தனக்குப் பிறக்காததில் வருத்தம் முளைத்தது. அவன் போக்கில் இயல்பு பிசகியது. இரவுகளில் வீடடையாமல் கடலோரத்திலேயே திரிந்துகொண்டிருந்தான். அங்கு ஒரு பாறையைத் தெரிவு செய்து ராப்பகலாய் இரட்டைத் தலை நாகத்தைச் செதுக்கினான். புயலாயி அவனுடைய உள்ளக் கிடக்கையைப் புரிந்துகொண்டு 'சிற்பியே உனக்கும் ஒரு பிள்ளையைப் பெற்றுத் தருகிறேன், பத்து மாசம் பொறுத்திரு' எனச் சொல்லிக் காது மடலைக் கடித்தாள். குழந்தை வளர்ந்து ஐந்து வயதைத் தொட்டது. இளையவன் மூலம் புயலாயிக்குக் கருத் தங்கவில்லை. சிற்பிகள் இருவருக்கிடையில் மனத்தளவில் விரிசல் உண்டானது. ஒரு நாள் மாலை, குழந்தையுடன்

விளையாட கடலுக்குச் சென்ற இளைய சிற்பி, அப்பாலகனை அலைகளுக்குள் அமுக்கிக் கொன்றான். இரவோடு இரவாகக் கரையோரமாகவே நடந்து, தன் சொந்த நாடான தெலுங்கம் போய்ச்சேர்ந்தான். இரவெல்லாம் மாமல்லையின் கோயில்கள், சிற்பக்கூடங்கள், அங்காடித் தெருக்கள், கள்ளுக்கடைப் பகுதிகள் எங்கிலும் சிற்றப்பனையும் பிள்ளையையும் மூத்தவன் தேடியலைந்து விடியலில் கடலுக்கு வந்தபோது தன் மகனின் உடல் கரையில் அலைகளில் புரள்வதைக் கண்டான். மகனை இழந்த புயலாயி மனம் பேதலித்தாள். இரண்டு ஆண்களும் சேர்ந்து தன் மகனைக் கொன்றுவிட்டார்கள் என மண்ணை வாரித் தூற்றினாள். மூத்தவனிடமிருந்து உடம்பளவில் விலகியிருந்தாள். மனம் பொறுக்கமுடியாமல் ஒருநாள், மூத்தவனுக்கு விருப்பமான நெத்திலி மீனுடன் பலாக்கொட்டை இட்டக் குழம்பில், அரளிக் கொட்டைப் பருப்புகளைத் தேங்காய்ப் பத்தைகளுடன் சேர்த்து அம்மியில் வைத்து விழுதாக அறைத்துக் கலந்துச் சுண்டவைத்தக் குழம்பை சுடச்சுடச் சோற்றுடன் பரிமாறி வயிறு புடைக்க உண்டு மகிழவைத்துக் கொன்றாள். அவன் ரத்தம் ரத்தமாகக் கக்கும்போது, கதவடைத்து வெளியேறி தனது தாய் வீட்டை நோக்கி நடந்தாள். சாபத்தோடு தெலுங்கம் சென்ற இளைய சிற்பி வாழ்ந்த பாடுகளை இரவு தூங்கும்போது சொல்கிறேன். வா, கோயிலுக்குப் போகலாம்.' செம்புலி எழுந்து நின்றார். வழிப்போக்கன் குளத்து நீரின் இருட்டை வெறிந்துக்கொண்டிருந்தான்.

0

வழிப்போக்கன் கொண்டுவந்திருந்த கட்டுச்சோறு இருவருக்கும் போதுமானதாகவே இருந்தது. ஒரு சீப்பு வாழைப்பழமும் இருந்தது. பழங்களை சாப்பிட்டபடி கிழவர் பேச்சைத் தொடங்கினார்; 'தனது நாட்டிற்குத் திரும்பிய சிற்பி மூன்று ஆண்டுகளில் தூக்குப்போட்டுத் தற்கொலைச் செய்துகொண்டான். தன் வாழ்வின் இறுதி மாதங்களில் அமர்ந்த நிலையில் ஆளுயர புத்தர் சிலையைச் செதுக்கினான். தியான புத்தரின் இரண்டு முழங்கைகளும் பாம்பு உடம்புகளாகி ஒன்றோடொன்று பின்னிப் பிணைந்து, உள்ளங்கை விரல்கள் ஒன்றுகூடிப் படமெடுத்து ஒன்றையொன்று கொத்தப் பார்க்கும்படி சிலையை வடித்திருந்தான். அழகிய புத்தனின் மூடிய கண்களுக்குப் பதிலாக இரண்டு மீன்களைப் பொறித்திருந்தான். ஓர் அதிகாலை அமைதியில் ஆற்றங்கரையோர

அரசமரக் கிளையில் தூக்கிட்டுக்கொண்டன். தொங்கிய சடலத்து அரையாடையில் சொருகியிருந்த ஓலை நறுக்கில் தமிழில் இவ்வாறு எழுதியிருந்ததாம்: 'என் மகனைக் கொன்ற பாவி நான்.'

செம்புலி பேச்சை நிறுத்தித் தொண்டையைச் செருமிக்கொண்டார். வழிப்போக்கன் ஆழ்ந்த யோசனைக்குப் பிறகு பெருமூச்செறிந்தான். கிழவர் இறுதியாகச் சொன்னார்; 'மகனே, உன் தந்தை உன்னைக் கடவுளிடமிருந்துத் தத்தெடுத்து வளர்த்தார். நீ சக மனிதரிடமிருந்து உனக்கான மகனைத் தத்தெடுத்துக்கொள். இயேசுநாதர் உட்பட நீங்கள் எல்லோரும் கடவுளின் பிள்ளைகள்; நான் மட்டும் சாத்தானின் பிள்ளை.' கிழவர் இருட்டில் சிரித்தார். அகல் விளக்கு எண்ணெய் வறண்டு அணைந்தது. திரி கருகிய நெடி கோயிலுக்குள் குமைந்தது. விடியலோடு எழுந்து சென்றுவிட்டான் வழிப்போக்கன். செம்புலி இரவுகளில் உறங்குவதில்லை.

000 000

எட்டு

“நாங்கள் அந்தக் காலம்முதல் அரசர்களிடமிருந்து விலகியே வாழ்ந்தவர்கள். அவர்கள் எங்கள் வாழ்வெல்லையை வரையறுப்பதை நாங்கள் விரும்பியதில்லை. எல்லையற்ற அதிகாரத்தைக் குவித்துக்கொண்டு கட்டுப்பாடற்ற சுகபோகத்தைச் சுகித்துக்கொண்டு வழிபாடு என்ற பெயரில் கடவுளுக்குக் கையூட்டுக் கொடுத்து சமய வழக்காறுகளைத் தங்களுக்குச் சாதகமாக கட்டமைத்துக்கொண்டு, அவர்கள் சந்தனச் சேற்றிலும் குருதிச் சேற்றிலும் பன்றிகளைப் போலப் புரண்டார்கள். அவர்களுக்காக நாங்கள் உழைத்துக்கொண்டிருந்தோம். காலந்தோறும் அரசர்கள் வெவ்வேறு வடிவங்களில் உருமாறிவருகிறார்கள். உருமாறிய பன்றிகளிடமே அதிகாரம் கைமாறி வருகிறது. இதுநாள்வரை எந்தவொரு சமூக அமைப்பும் அதிகாரக் கட்டமைப்பை உள்ளீடற்றதாக, பொருளற்றதாக நிலைப்படுத்தியதில்லை. அதிகாரத்தின் மாட்சிமைப் பொருந்திய ராசகோபுரத்தின் உச்சியில் கண்ணுக்குப் புலனாகாதப் புலிக்கொடி, வெள்ளைக்காரர்களின் ஆட்சியிலும் பறந்தது, இன்றைய மக்களாட்சி என்கிற கற்பிதப் பொய்மைக்குள்ளும் பறக்கிறது. புதுச்சேரி விடுதலையடைந்துத் தனி நாடாகும். வெள்ளை அதிகாரமோ சிவப்பு அதிகாரமோ எங்களை ஆள நாங்கள் அனுமதியோம். எங்களுக்கொரு நிறமுண்டு, அடர் நீலம்; வானம், கடல் இனி எங்கள் கைப்பிடியளவு நிலமும் நீலம். எங்கள் கனவும் நீலம். கடவுளும் நீலம். கவிதையும் நீலம். செம்புலிக் கிழவரே நாம் ஆர்க்கும் குடியல்லோம், நமனை அஞ்சோம்.” கறுத்த இளைஞன் விழிகளைச் சுழற்றிப் பேசி நிறுத்தினான். செம்புலி தன் கழுத்தில் தொங்கிய ருத்ராட்சத்தை இறுகப் பற்றிக்கொண்டார். அவரது உதடுகள் தாமே உச்சரித்தன; ‘ஈசனின் நிறமும் நீலம், மகனே.’

“ஊரிலிருந்து ஒதுக்கிவைக்கப்பட்டோம். கோயிலிலிருந்து தூர நிறுத்திவைக்கப்பட்டோம். ஈசனும் மாலனும் எங்களுக்கான

கடவுள் இல்லை. ஐம்புலன்களும் ஐம்பூதங்களும் ஐந்திணைகளும் மட்டுமே நாங்கள். கடவுள் மறுப்பாளர்கள் அல்லர்; எங்களுக்குக் கடவுள் என்ற கற்பிதம் மூளைச் செயல்பாட்டிலேயே இன்னும் பதிவாகவில்லை. நிறுவனங்கள் அனைத்திற்கும் நாங்கள் எதிரானவர்கள். எங்கள் சமூகத்தில் ஆயுதங்கள் விலக்கப்பட்டவை. பிறச்சமூகங்களுக்குள் ஊடுருவி அங்கு எங்களுடைய இனப்பெருக்க விதைகளை விதைத்துவிடுவோம். அதுதான் எங்களுடைய போர் யுக்தி. ராசராச சோழன் காலத்தில் மனுஸ்மிருதியை முன்வைத்து அழித்தொழிப்புக்கும் புறக்கணிப்புக்கும் ஆளான எங்கள் இனக்குழு அக்காலந்தொட்டே வரலாறு நெடுக்க தலைமறைவாகத்தான் அரசியல் கலைப் பண்பாட்டு விழுமியங்களை வகுத்துவருகிறது. நாங்கள் கருநாகரினம். இந்தியத் துணைக்கண்டம் முழுமையும் எங்களுக்கு உரித்தானது. பாரதம், இந்தியா எனப் பெயர்களை மாற்றி எங்கள் நாட்டை அபகரித்துக்கொண்டார்கள். கருநாகம் எங்களுடைய குலக்குறி. எங்களுடைய கொடி படமெடுக்கும் பாம்புக்கொடி. பாம்பின் படத்தை ஆண்கள் நடு முதுகிலும், பெண்கள் நடு மார்பிலும் பச்சைக் குத்திக்கொள்வோம். நாங்கள் கறுப்பாகவும் பழுப்பாகவும் இரு நிறத்தவர். தெற்கு வடக்கில் தோலின் நிறம் தட்பவெப்ப நிலைகளால் மாறியமையும். நாகம் கறுப்பாகவும் நல்லபாம்பு பழுப்பாகவும் இருப்பதைப் போல நாங்கள் இரு நிறத்தவர். கிழவரே, விடிந்ததும் என் நடுமுதுகில் பாம்புப் படம் பச்சைக் குத்தப்பட்டிருப்பதை உமக்குக் காண்பிக்கிறேன். இந்த இரவு இங்கு தங்கிச்செல்ல அனுமதித்ததற்கு நன்றி. வள்ளிக்கிழங்கிற்கும் நன்றி. நான் தூங்கவேண்டும். உறங்கிப் பல நாட்களாகின்றன.’ அந்த இளைஞன் படுத்ததும் உறங்கிவிட்டான். குறட்டையொலியில் கோயில் அதிர்ந்தது.

செம்புலி ஆழ்ந்த யோசனையிலிருந்தார். தன் மனைவி நல்லதங்கத்தின் நடுமார்பில் பச்சைக் குத்தப்பட்டிருந்தப் பாம்புப் படத்தைப் பற்றி ஒருமுறை அவளிடம் கேட்டார். அதற்கு அவள் தன்னைத் தூக்கி வளர்த்தவர்கள் மலைக்குறத்தியிடம் சொல்லி சிறுவயதில் குத்தியது என்றாள். ஜெயராணியின் நடுமார்பில் பச்சைக் குத்தப்பட்டிருந்ததைப் பற்றி கேள்விப்பட்டிருக்கிறார். ஜெயராணி ஒரு நாடோடி நர்த்தகி என்பதால் அந்தக் கூட்டத்தினர் உடம்பில் பலவிதமான பச்சைக் குத்தியிருப்பது இயல்பு என்று இதுநாள்வரை நினைத்திருந்தார். பெண்ணுக்கு நடு மார்பிலும் ஆணுக்கு நடு முதுகிலும் குத்தப்படும் பாம்புப் படத்திற்குள் ஒரு

ரகசியச் சமூகத்தின் கதை மறைபொருளாய் இருப்பதை இந்த இரவில்தான் அறியவந்திருப்பதை எண்ணி வியந்தார். ஈசனின் கழுத்தில் படமெடுக்கும் பாம்பு எங்கிருந்து வந்திருக்கும் என்ற சிந்தனையில் ஆழ்ந்தார்.

0

அந்தக் கறுத்த இளைஞன் கருநாகன் நேற்று பிற்பகல் பொழுது சாயும்போது கோயிலுக்கு வந்தான். கிழவர் சுவரோரமாக தனது தரைவிரிப்பில் அமர்ந்து கண்களை மூடி தியானத்தில் இருந்தார். கருநாகன் கோயிலைச் சுற்றிவந்தான். ஆங்காங்கே புறச்சுவர் இடிந்து கற்கள் சரிந்துக் கிடந்தன. நந்தவனத்தில் எருக்கு புதர்ந்து பூத்திருந்தன. நூற்றாண்டுகள் பழமையான கைவிடப்பட்ட சிறியக் கோயில். புல் தரையில் நடந்து கோயிலைச் சுற்றிவந்து சுவரின் இடிபாடு வழியாக உள்நுழைந்து மீண்டும் கிழவர் முன்வந்து நின்றான். இரண்டடி எட்டிநகர்ந்து கருவறையை எட்டிப் பார்த்தான். அதற்குள்லிருந்து ஆளுயர நல்லபாம்பு சுவரோரமாக வெளியேறியது. செம்புலி இமைத்திறந்து அவனை உற்றுப் பார்த்தார்; 'யாரப்பா நீ? பல மாதங்களக வெளியில் வராத பாம்பு உனது வியர்வை வாடையின் காட்டத்தால் தாக்குற்று வெளியேறிவிட்டது. எங்கிருந்து வருகிறாய் நீ' எனக் கேட்டு கருநாகனைக் கூர்ந்துப் பார்த்தார்.

‘‘ஐயா, என் பெயர் கருநாகன். காஞ்சியிலிருந்து கால்நடையாக புதுச்சேரி நோக்கிப் போகிறேன். வழித்தவறிவிட்டேன். கிழக்குக் கடலோரமாகச் சென்று என் இலக்கை எட்டிவிடுவேன். பொழுது இருட்டுகிறது. ஆள்நடமாட்டமற்ற முந்திரிக் காட்டுவழிப் பயணிப்பது பகலுக்கானது. நான் விடிந்ததும் சென்றுவிடுகிறேன். இங்கு தங்கலாமா?’’ தட்டுத்தடுமாறிக் கேட்டான்.

'உன் பெயர் கருநாகனா? கருணாகரனா?'

’’கருநாகன்’’

கிழவர் சிரித்தபடி சொன்னார்; 'அதனால்தான் கருநாகத்தைக் கண்டதும் நல்லபாம்பு தன் இடத்தைவிட்டு வெளியேறிவிட்டதோ. மகனே, இது கோயில். இங்கு நானும் சிவனும் ஒரு பாம்பும் இருக்கிறோம். என்றேனும் உன்னைப்போல் யாரேனும் வந்து போவார்கள்.

''பசிக்கிறது. உண்ண ஏதேனும் இருக்கிறதா?''

'அவித்த வள்ளிக்கிழங்கு வைத்திருக்கிறேன். அதைத் தின்றுத் தின்று அலுத்துவிட்டது. பசியிலிருந்துதான் மனிதாபிமானம் உற்பத்தியாகிறது. பசியிலிருந்துதான் அழுகையும் அதைத் தொடர்ந்து மொழியும் உருவாயின. பசியிலிருந்துதான் கடவுள் பிறந்தது. பசி என்பது உடம்பின் இயக்கவிசை. பசியே ஞானத்தின் ஊற்று. பசியிலிருந்தே ஊரும் நாடும் அரசும் தோன்றுகின்றன. பசியிலிருந்துத் தேடலும் தேடலிலிருந்து வேட்டையும் வேட்டையிலிருந்துப் போரும் போரிலிருந்து அறமும் அறத்திலிருந்து அரசியலும் அரசியலிலிருந்து அரசும் அரசிலிருந்து சமூகமும் சமூகத்திலிருந்து சமூகமனிதரும் தொன்றுகின்றன. மகனே, அம்மா, ஆடு, இலை, ஈ, உரல், ஊதல் என்பதல்ல; பசி என்பதே உலக மொழிகளிலெல்லாம் முதல் சொல்லாய்த் தொன்றியது.'

''ஐயா, வரலாறு என்பது பசியால் ஆவது அல்ல; அது அதிகாரத்தால் ஆவது. நான் கருநாகன். நாங்கள் நாகர்கள். நாங்கள் வரலாற்றிலிருந்து வெளியேற்றப்பட்டவர்கள். நாடற்றவர்களின் வரலாறு எழுதப்படுவதில்லை. நாங்கள் நாட்டையும் மொழியையும் இழந்தவர்கள். நாடும் மொழியும் எங்களுடைய இரு கண்களாய் இருந்தன. அவற்றைப் பிடுங்கிக்கொண்டனர். விழிகள் தோண்டப்பட்ட குழிகள் மட்டுமே முகத்தில் கொண்டோம்.''

'வரலாறு தன்னிலிருந்து யாரையும் வெளியேற்றுவதில்லை.'

''உங்களுடைய வரலாறு கடந்த காலங்களின் கதைகளைத் தொகுப்பதில் உருப்பெறுகிறது. எங்களுடைய வரலாறு எதிர்காலத்திற்கான கதைகளை நிகழ்காலத்தில் வரையறுத்து எழுதுவது. நாங்கள் எழுதிக்கொண்டே எங்கள் வரலாறை வாழ்கிறோம். எங்களுக்கு இறந்த காலமோ நிகழ்காலமோ இல்லை; நாங்கள் எதிர்காலத்தால் ஆனவர்கள். ஆகப்போகிறவர்கள்.''

செம்புலி அமைதியானார். அவர் யாரிடமும் அரசியல் பேச விரும்புபவர் அல்லர். தானொரு வரலாற்று உயிரியே அல்லாது ஓர் அரசியல் உயிரி அல்ல என்பதை ஆரம்பக் காலங்களிலேயே உணர்ந்திருந்தார். தனது குடும்பத்தினரால் வெளியேற்றப்பட்டபோது அரசியல் என்பதும் அதிகாரம் என்பதும்

அரண்மனையை மையமாக வைத்து மாத்திரமல்ல குடும்பத்தை மையமாக வைத்தும் உருவாவது என்பதை விளங்கிக்கொண்டார். குடும்ப அரசியலில் தனது மணிமுடியை மகன்கள் கைப்பற்றி ஓட்டாண்டியாய் நடுத்தெருவில் நிறுத்தியபோது, அவருடைய கால்கள் தாமே போன இடம் கொயில். அன்றிலிருந்து உழைப்பை விடுத்து, ஊரூராய்த் திரிந்தாலும் கூடடையுமிடம் கோயிலாக இருந்தது. தனது இறப்பை அறியாத நெடிய வாழ்வில் கோயில் சார்ந்தே தனக்கான உணவையும் உறக்கத்தையும் அமைத்துக்கொண்டார். சமூகம் என்பது அரசு, குடும்பம், கோயில் என்ற மூன்று பிரிவுகளைக் கொண்டது. தனியொருவன் கோயிலைத் தனது உயிரடிப்படையாய்க் கொண்டால் இறப்பில்லை. இறப்பற்றவன் அநாதை. அவன் காலத்துள் அடங்கியவன். காலம் என்பது ஆதியும் அந்தமும் இல்லா இருப்பு. செம்புலி, கருநாகனிடம் எதுவும் பேசவில்லை. வள்ளிக்கிழங்கைத் தின்றவன் பானை நீரை முழுவதும் பருகி முடித்துப் பேச்சைத் தொடர்ந்தான்:

‘‘ஐயா, உறங்குவதற்கு முன் எனக்குத் தெரிந்ததைச் சொல்கிறேன். நாங்கள் இந்தத் துணைக்கண்டம் முழுவதும் சிதறியிருக்கிறோம். சிலர் பரவியிருக்கிறோம் என்பர். சிதறலுக்கும் பரவலுக்கும் இடையே உள்ள பொருள் அரசியல் சார்ந்தது. இப்புவிக்கோளில் நிலம் இருக்கும் அளவில் நீர் இருந்து, நீர் இருக்கும் அளவில் நிலம் இருந்திருந்தால் மனிதகுல வரலாறு மாறியிருக்கும். நாங்கள் அகதிகள். அகதிகளின் வரலாறு எழுதப்படுவதில்லை. இந்த உபகண்டம் ஐயாயிரம் ஆண்டுகளாக ஆக்கிரமிக்கப்பட்டுள்ளது. எண்திசையும் விரட்டியடிக்கப்பட்டு முக்கடல்களில் மூழ்கித் தொலைந்தோம். எங்களை அடிமைகொண்ட ஆக்கிரமிப்பாளர்களை கடவுளாக வணங்கப் பணிக்கப்பட்டோம். எங்களை வெற்றிகொண்ட வீரதீரச் செயல்களை எங்களுடைய குருதியைத் தொட்டு காவியங்களாய் எழுதினர். எங்களைக்கொண்டே தங்களின் பெருமைகளைப் பாடவைத்தனர். இதில்தான் அவர்களின் வெற்றி உலக வரலாற்றில் உயரிய அங்கீகாரம்பெற ஏதுவானது. சோழக்கிழவரே, எங்கள் சாபத்தால் பேரூழியாய் கடல் பொங்கிவந்து தஞ்சைத் தரணியை மூழ்கடிக்கும். வெள்ளத்தில் மூழ்கிய ராசகோபுரத்தின் உச்சிக் கலசத்தைப் பாய்மரம் முறிந்தப் படகு மோதும்.’’

வெள்ளத்தில் மூழ்கிய ராசகோபுரத்தின் உச்சிக் கலசத்தை கிழக்கிலிருந்து மிதந்துவந்தப் படகின் அடிப்பாகம் இடறிக் கவிழ்வதைச் செம்புலி மனக்கண்முன் நிறுத்தினார். அடுத்த கணம் உடம்புச் சிலிர்த்தார்.

இருட்டில் கண்களைத் திறந்தபடி கருநாகன் பேசினான்; "வந்தேறிக் கடவுள்களை வரலாறு நெடுகிலும் சாபங்கள் துரத்திக்கொண்டிருந்தன. அந்தக் கடவுள்கள் ஞாபகங்களில் மட்டுமே இன்று உயிர்வாழ்கின்றன. அவற்றைப் பற்றிய காவியங்கள் வழக்கொழிந்துப் போயின. கிழவரே, இந்தத் தீபகற்பத்தைப் பாம்புகள்தாம் தலைமறைவாய் ஆள்கின்றன. அவைதாம் மண்ணின் தெய்வங்கள். வந்தேறிக் கடவுள்கள் எங்கள் நிறத்தைப் பூசி மாறுவேடமிட்டு, புதிய கடவுள்களாய் மீண்டும் அவதரித்து எங்கள் பாம்புகளைக் கொன்று படுக்கையாக்கிப் பள்ளிகொள்கின்றன, ஆபரணங்களாக்கிக் கழுத்தில் சூடிக்கொள்கின்றன. நாகங்களைத் தங்களின் ஏவல் தேவதைகளாக்கிவிட்டன. அவற்றை மீட்டெடுக்க வேண்டும். இன்று விடுதலை வேண்டி நிற்கும் பிரெஞ்சிந்திய நிலம் ஆதியில் நாகபுரியாக இருந்தது, அதை வேதபுரி என மாற்றினர். பாம்புச்சேரி என்றிருந்ததைப் பாண்டிச்சேரி என மாற்றினர். புற்றுச்சேரி என இருந்ததை புதுச்சேரி என்றழைத்தனர். இச்சிறு நிலத்தை மீட்டு புதிய நாடு செய்வோம். பாம்புச்சேரி என்ற பழைய பெயரால் அழைப்போம். கிழவரே, இளம் விடியலில் பாம்புச்சேரிக்குச் சென்றுவிடுவேன். உயிரோடு இருந்தால் மீண்டும் வருவேன். இந்திய உபகண்டத்தில் கருநாகரினத்துக்குக் கைப்பிடியளவு தனி நாடு. வரலாற்றில் இது சாத்தியமாகும்."

அந்த இளைஞன் படுத்ததும் உறங்கிவிட்டான். குறட்டையொலியில் கோயில் அதிர்ந்தது. 'சிவனைவிடப் பெரிய புரட்சியாளன் புவிமிசை யார்?' செம்புலி வாய்விட்டுக் கேட்டுக்கொண்டார்.

000 000

ஒன்பது

இன்றைய மக்கள், கோயில் இருக்கிறது ஆனால் அரண்மனை இல்லையே எனத் தேடுகிறார்கள். அகழ்வாய்வறிஞர்கள் குழு செம்புலியைச் சந்தித்தது. அவர் குளப்படிக்கட்டில் அமர்ந்திருந்தார். முற்பகல் வெயில் உடம்புக்கு இதமாக இருந்தது. கோயிலில் கிழவரைத் தேடிவிட்டு குளப்படிக்கட்டில் அமர்ந்திருப்பதைக் கண்டனர். தொடக்கத்தில் அவர் அவர்களிடம் எதுவும் பேசவில்லை. இறுக்கமாக இருந்தார். 'புதைந்துபோன எலும்புகளைத் தோண்டியெடுத்து மானுட வரலாற்றின் எந்தப் பக்க உண்மையைக் கண்டடையப் போகிறீர்கள்? இன்று உயிருள்ள மனிதர்களில் முதியவன் நான் என்பதைத் தவிர என்னிடமிருந்து பெறக்கூடியத் தகவல்களில் இது உண்மை என்று எதைக்கொண்டு அறுதியிடுவீர்கள்? மக்களிடம் என்னைப் பற்றி உலவும் கதைகளைத் தெரிந்திருக்கிறீர்களா? அந்தக் கதைகளில் உலவும் மனிதன் நான்தான் என்பதை அறியாமல் என்னிடமே என்னைப் பற்றிச் சொன்னக் கதைகள் ஏராளம். நான் ஒரு சாமான்யன். ராசராசனோ பேரரசன். என்னைப் பற்றிய செய்திகளைக் கதைகள் என்றால் பேரரசனைப் பற்றிய செய்திகளை வரலாறு என்பீர்கள். வரலாறு யாரையும் விடுதலை செய்யாது; வரலாற்றிலிருந்து வெளியேறுவதில்தான் விடுதலை வாய்க்கிறது. நான் வரலாற்றிலிருந்து வெளியேறியவன். என்னைப் பற்றிய கதைகளாலானவன். கதைகள் என்றென்றைக்குமான எதிர் வரலாறைக் கொண்டிருக்கும். நான் எது சொன்னாலும் அது புனைவுதான். உண்மையைப் பொய்யென்றாக்கினால் அதன் பெயர் புனைவு. பேரரசன் ஒரு பொய், நான் ஒரு புனைவு. உண்மை என்று ஒன்றுமில்லை.'

செம்புலி பேச்சை நிறுத்தவும், குழுவிலிருந்த ஒருத்தி அவசரமாகக் கேட்டாள்; "ஐயா, அரண்மனையை நீங்கள் பார்த்திருக்கிறீர்களா? அது எங்கிருந்தது? எப்படி இருந்தது?"

அவளது படபடப்புக் குறையவில்லை. கிழவர் குளத்தையே வெறித்துக்கொண்டிருந்தார். அனைவரும் அவரைச் சுற்றி படிகளில் மேலும் கீழும் அமர்ந்திருந்தனர். செம்புலி அந்தப் பெண்ணை ஏறெடுத்துப் பார்த்தார். 'உன் பெயர் நல்லதங்கம், நான் சொல்வது சரிதானே?' கேட்டவள் அதிர்ந்து போனாள். கண்கள் விரிந்து, வாய்ப் பிளந்து பேச்சற்று நின்றாள். கிழவர் அவளை நோக்கிப் பேசத்தொடங்கினார்;

'மகளே, ஆளுயர மதில்களுக்குள் தலைக்குமேலே விழல் வேய்ந்தப் பரந்து விரிந்தச் சாணி மெழுகிய மண் சுவர் சூழ்ந்த வீடுதான் பேரரசனின் வசிப்பிடமாக இருந்தது. பாறையைச் செதுக்கிக் கல்லறுத்து அடுக்கிய சுவர்களுக்குள் பேரரசன் வாழவில்லை. கடல் கடந்தவன், கடலில் மிதக்கும் மரக்கலத்தைவிட வலுக்குறைந்த வீட்டில்தான் வாழ்ந்தான். நகரில் ராசகோபுரத்தைவிட உயர்ந்த கட்டடம் எழுப்பத் தடை விதித்தான். ஊருக்கு வெளியே பரந்த வயல்வெளி நடுவே அவன் வாழ்ந்தான். பசுக்களையும் கன்றுகளையும் வாரம் ஒருமுறை அவனே மேய்ச்சலுக்கு அழைத்துச் செல்வான். படைவீரர்கள் பார்வைக்கு எட்டிய தூரம்வரை இருக்கமாட்டார்கள். அவனுக்கொரு மகன் இருந்தான், அவனே கதைகளில் வரும் பேரரசர்களைப் போல வாழ்வாங்கு வாழ்ந்தவன். ராசராசன் சிவனைப் போல எளியன். புலியைப் போலத் தூயன். நெல்வயலைப் போல நெஞ்சினன். பெரியகோயிலில் ஓரிடத்தில் கற்பேழையில் வைத்து மேலொரு கற்பலகையால் மூடி சுவரோடு சுவராகப் பொருத்தி அடக்கம் செய்யப்பட்டான். இதை உன்னால் நம்பமுடிகிறதா? நம்பியவர்க்கு அவன் நமச்சிவாயன்.' செம்புலி பேச்சை நிறுத்திக்கொண்டார்.

நடுத்தர வயது வெள்ளைக்காரன் ஆங்கிலத்தில் கேட்டதை அதே பெண் தமிழ்ப்படுத்திச் சொன்னாள்; ''பேரரசர் அசோகரைப் போல உங்கள் அரசரையும் நீங்கள் சித்தரிக்கிறீர்கள். வயல்வெளியில் மாட்டுக் கொட்டகையில் பேரரசர் வாழ்ந்தார் என்றால் நம்பமுடியவில்லையே.''

'உங்கள் கடவுள் மாட்டுக்கொட்டகையில் பிறந்தார் என்பதை ஈராயிரமாண்டுகளாய் நம்புகிறீர் அல்லவா. ஏன் ஆயிரம் வயதுகொண்ட தென்நாட்டவனைப் பற்றி நம்ப மறுக்கிறீர்? நம்பினால்தான் அது வரலாறு; நம்பாவிட்டால் அது கதை. சரி,

74 ~ ~ ~ நல்லபாம்பு: நீல அணங்கின் கதை

இப்பொழுது பேரரசனைப் பற்றிய கதை ஒன்றைச் சொல்கிறேன், கேளுங்கள். பேரரசி அரண்மனையின் மொட்டைமாடியில் நின்று வெயிலில் மயிருலர்த்திக்கொண்டிருந்தாள். அவளை அழைத்தபடி மொட்டைமாடிக்கே பேரரசன் வந்துவிட்டான். மணிமுடி தரிக்காமல் வழுக்கைத் தலையுடன் படியேறிவந்த பேரரசனின் தோற்றத்தைக் கண்டதும் பேரரசிக்குச் சிரிப்புத் தாளமுடியவில்லை. அவளுடைய நீண்ட அடர்ந்தக் கூந்தலுக்குள் முகத்தைப் புதைத்துக்கொண்டு சிரிசிரியெனச் சிரித்திருக்கிறாள். பேரரசனுக்குச் சங்கடமாகிவிட்டது. கோபத்தைக் கட்டுப்படுத்த மிகவும் சிரமப்பட்டான். அந்த நேரம் பார்த்து காகா எனக் குரலெழுப்பியபடி தலைக்கு மேலே பறந்த காகம் எச்சமிட, அது பேரரசனின் வழுக்கைத் தலையில் விழுந்து நெற்றியில் வழிந்தது. கணவனின் எச்சம் வழியும் முகத்தைப் பார்த்ததும் மனைவி குபீரெனச் சிரித்தாள். பேரரசன் அடக்கமுடியாத கோபத்துடன் விடுவிடுவென படியிறங்கி தனது அறைக்குள் நுழைந்து கதவடைத்துக்கொண்டான். கோபம் தணியவில்லை. வெளியில் வந்து காவலர்களை கூப்பாடிட்டழைத்தான். எல்லோரும் பதறியடித்து ஓடிவந்தனர். பேரரசன் வெஞ்சினங்கொண்டு கட்டளைப் பிறப்பித்தான்; “காவலர்களே, இன்றிலிருந்து ஒரு வாரத்திற்குள் இந்த மண்டலத்தில் மருந்துக்குக்கூட ஒரு காக்கை உயிருடன் இருக்கக்கூடாது. அவற்றை உயிருடனோ, கொன்றோ என் முன்னே கொண்டுவந்துக் கொட்டவேண்டும். இது அரச கட்டளை”. அரண்மனை நெடுங்கதவத்திற்கு வெளியே மூட்டை மூட்டையாகக் காகங்கள் கொட்டப்பட்டன. உயிரோடிருந்தவை கால்கள் சேர்த்துக் கட்டப்பட்டு படபடவென இறக்கையடித்து உயிருக்குத் தவித்தன. பேரரசன் உப்பரிகையில் நின்று பார்வையிட்டான். ஆயிரமாயிரமாய் காகங்கள் மாண்டன. பேரரசி அன்றோடு சிரிப்பைத் தொலைத்தாள். பார்ப்பனர்கள் கூட்டம்கூட்டமாக அரண்மனை முன் திரண்டு பேரரசனிடம் முறையிட்டனர்: மன்னா, காகங்கள் நமது பந்துக்கள். நீங்களும் செத்ததும் காகமாகத்தான் பிறப்பெடுப்பீர்கள். இச்செயல் மகா பாவம். இப்பேரரசுக்கு மாபெரும் தோசம் வந்துசேர்ந்தது. இப்பாவத்தை நிறுத்துங்கள் என்று மன்றாடினர். பேரரசனின் பெருங்கோபம் தணிந்தது. சோழநாட்டில் காகம் என்ற பறவை அற்றுப்போனது. ஆனால், பித்ருக்களைக் கொன்ற பாவத்தால் அரண்மனையும் அதன் அதிகாரமும் காலத்தால் சிதைந்துச் சரிந்து மண்ணோடு மண்ணானது.’

செம்புலி பேச்சை நிறுத்தி மௌனமானார். வந்தவர்கள் அமைதியாகக் கிழவரைப் பார்த்துக்கொண்டிருந்தனர். அதற்குப் பிறகு ஒரு மாதம்வரை யாரிடமும் அவர் பேசவில்லை. மணியுடன் பேசுவதை நிறுத்தி பல மாதங்களாகின்றன.

செம்புலியின் முதிர்ந்த ருத்ராட்சப் பழம் போன்ற தோற்றம், அகழ்வாய்வறிஞர்கள் எடுத்தப் புகைப்படம் எதிலும் பதிவாகவில்லை என்பதை தஞ்சைக்குச் சென்று இருட்டறையில் ஒளியச்சுச் செய்த பிறகே தெரியவந்தனர். தன்னைப் பற்றி அவர் தனக்குத் தானே பேசிக்கொள்வாரே அல்லாமல் தன்னைத் தாண்டி வெளியில் நிற்பவர் யாரிடமும் பேசியதில்லை. செம்புலியின் தோற்றமும் பேச்சும் பனி போல் மண்ணில் படியுமே அல்லாமல், மழை போல் தேங்குவதில்லை.

0

நடுயிரவில் கிழவரின் எதிரில் மணி வந்து நின்றான். செம்புலி புரண்டு படுத்தார். தன் வீட்டுச் சமையலறையில் தேங்காய் உடைக்கப் பயன்பட்ட, பாதியாய் உடைந்த வாளின் அடிப்பகுதியின் கைப்பிடியைப் பிடித்தபடி வியர்த்து விறுவிறுக்க நின்றான். மூளியான வாளை அவன் பிடித்திருந்த விதமும் தோற்றமும் சிரிப்பை வரவழைத்தது. செம்புலி செருமிக்கொண்டு கேட்டார்; 'மணி, இத்தனை நாளாய் எங்குச் சென்றிருந்தாய்? இந்த வாள் உனக்கு எப்படிக் கிடைத்தது?'

மணி சற்றுத் தள்ளி சுவரில் சாய்ந்துக் கால்களை நீட்டி அமர்ந்தான். வாளைத் தனக்குப் பக்கத்தில் வைத்தான். அகல் விளக்கொளியில் துருவேறிச் சிதைந்த வாளின் தொன்மைத் துலங்கியது. "ஐயா, நான் தேசாந்திரம் சென்றிருந்தேன். திருச்சிராப்பள்ளி என்ற நகரத்தில் குன்றின் மீது வீற்றிருக்கும் உச்சிப் பிள்ளையாரைத் தரிசித்தேன். அந்தக் குன்றின் மீதிருந்துக் கீழேக் குதித்துத் தலைச் சிதறிச் செத்த வேல்முருகு என்ற சிற்றரசனின் வாள் இது. அவன் சோழனுக்கும் மூத்தவன். இந்த வாள் கொஞ்ச காலம் ராசராசனிடமும் இருந்ததாம். இதன் கைப்பிடியில் ஒரு பாம்புப் பொறிக்கப்பட்டுள்ளது. மலைக்கோட்டை வாசலில் பழைய இரும்புக் கடையில் வாங்கினேன். அம்பிகா புராதனப் பொருட்களைச் சேகரிக்கும் விருப்பமுடையவள். அவளுக்காகத்தான் இதை வாங்கினேன். விலை அதிகம் கொடுத்துப் பிரெஞ்சுக்காரர்கள் இதை

அவளிடமிருந்து வாங்கிக்கொள்வார்கள். மனிதரைவிட மனிதர் படைத்தப் பொருட்களுக்குக் காலம் அதிகம். மனிதர் மட்டுமல்ல, அவர் படைத்தப் பொருட்களும் இடம்மாறிக்கொண்டே இருக்கும். கடல் தாண்டியும் போகும். இந்த வாள் ஜெயராணி என்ற ஒன்பதாம் நூற்றாண்டில் வாழ்ந்த நாட்டியக்காரியின் வாள். வேல்முருகு அவளுடன் தொடுப்பில் இருந்துள்ளான். கிழவரே, உமது காலத்திற்கும் முந்தைய தஞ்சையை ஆட்டிப்படைத்தவள். இந்த வாளின் கைப்பிடியில் பொறிக்கப்பட்டுள்ள பாம்பே அவள்தான். ஐயா, அவள் உங்களைவிட மூத்தவள். இன்றும் உயிருடன் இருக்கிறாள். நேற்று மதியம் ஒரு கும்பல் தஞ்சையிலிருந்து வந்து பேசிக்கொண்டிருந்ததே அதிலொருத்திதான் அவள். இந்த வாள் ராசராசனுடன் புதைக்கப்பட்டுள்ளதாக வரலாற்றுச் சான்றுகள் மூலம் அறியவந்து, அவள் தன் குழுவினருடன் உம்மைத் தேடிவந்து, பேரரசனைப் புதைத்த இடத்தைக் காட்டிக்கொடுக்கக் கேட்டிருக்கிறாள். கிழவரே, இனி அடிக்கடி அவள் இரும்பை வந்து உம்மைத் தொல்லைப்படுத்துவாள். அந்த வாள் கைமாறிக் கைமாறி உடைந்து மூளியாகி இன்று என்னிடம் இருக்கிறது. நாளை அம்பிகாவிடம் இருக்கும். பிறகு கைமாறி பிரான்சிற்குச் சென்றுவிடலாம். அகழ்வாய்வறிஞர் குழுவிடம் ஓர் உண்மையை உளறிவிட்டீர்; கோயில் சுவரில் பிணம் அடக்கம் செய்யப்பட்டுள்ளது என்ற தகவலைக்கொண்டு ஒவ்வொரு கல்லாகப் பிரித்தெடுக்கப்போகிறார்கள். ஐயா, எனக்குத் தூக்கம் வருகிறது. விடியலில் சென்றுவிடுவேன்.''

'மணி உன்னைப் பார்த்து எத்தனை மாதங்கள் ஆகின்றன, நீ வந்தவுடனே தூங்குகிறாயே. சொல், அம்பிகா எப்படி இருக்கிறாள்? பிரான்சிலிருந்து வந்திருக்கிறாளா? இனி இங்கு வரமாட்டேன் என்றல்லவா சொன்னாள், ஏன் திரும்பிவந்தாள்?'

''ஐயா, இது கப்பலில் சென்று வந்த காலம் இல்லை, வானூர்தியில் பறந்து வரும் காலம். அம்பிகா பாரிசிலும் புதுச்சேரியிலும் பழம் கலைப்பொருள் விற்பனைக் கூடம் வைத்திருக்கிறாள். உங்களைவிட சிறந்த பழம் பொருள் உலகிலுண்டா? நீங்கள் ஒத்துக்கொண்டால் உங்களை உயிருடன் பாடம்பண்ணி நல்ல விலைக்கு வெள்ளைக்காரர்களிடம் விற்றுவிடுவாள். வெள்ளை நகரத்தில் பிரான்சுவா மர்த்தேன் வீதியில் வசித்த பிரெஞ்சுக் கிழவனொருவனை மயக்கி மாளிகை ஒன்றைக் கையகப்படுத்தி

பழம் பொருள் கலைக்கூடம் அமைத்திருக்கிறாள். அதிலொரு பகுதியைத் தான் புதுச்சேரிக்கு வந்தால் தங்கிப்போக ஒதுக்கி வைத்திருக்கிறாள். ஐயா, ஒருமுறை என்மீது பரிதாபப்பட்டு தன்னுடன் கூட அழைத்தாள். அன்று நல்ல போதையிலிருந்தாள். பரிதாபத்தில் வருவதல்ல காமம். எனது காமம் உயரியக் காதலால் ஊற்றெடுப்பது. முதன்முதலாக ஒரு பெண் வலிய அழைத்து, அதை நான் மறுத்தேன். என் மனம் கேவியது. அவள் என்னை விடுவதாயில்லை. தன்னை வேறோடுப் பிடுங்கி எடுத்து என் வாயில் திணித்தாள். நான் மூச்சுத் திணறினேன். அவளது சந்தன மார்பில் பச்சைக் குத்தப்பட்டிருந்தப் பாம்புப் படம் விநோதமாய் இருந்தது. அவள் தொடையிலிருந்த ஒழுகிய மச்சத்தைப் பார்ப்பதற்கு ஆவல்கொண்டுத் தேடினேன், அப்படியொன்று தொடையிரண்டிலுமில்லை."

'முலைகளின் நடுவே பச்சைக் குத்திய பாம்புப் படம் உயிரோடு இருந்ததா?'

"ஆம். ஒரு கட்டத்திற்குப் பிறகு அவளது பரந்தத் தேகம் பரமபதம் வரைந்தப் பலகையானது. தொடைகளிலும் கரங்களிலும் பாம்புகள் நெளிந்தன. உந்திச்சுழியில் வால் சுருண்டது. தாமரை இலை போன்ற அல்குல் பரப்பில் விழுந்து நழுவும் ஒற்றைத் துளியாய் அவளது இடுப்பின் வழியே புறமுதுகில் ஏறினேன். புட்டமேடுகள், பின் கழுத்து, கெண்டைச் சதை எங்கிலும் பாம்புகள் நெளிந்தன. கண்ணுக்குப் புலப்படாத ஏணிகளில் ஏறுவதும் பாம்பின் தலை மிதித்து வழுக்கி விழுவதுமாக இரவு முழுவதும் அவளது சிரிப்பொலியால் அதிர்ந்துகொண்டிருந்தேன். என் உடம்பு முழுவதும் சுற்றி இறுக்கி எலும்புகளைப் பொடித்துவிட்டாள். விடியும்வரை பாம்பைப் புணர்ந்தேன்; ஆயினும் எனக்கு ஸ்கலிதம் நிகழவில்லை. நாகதோசம் என்பது இதுதான் போலும். அந்த நாகராணியை அணைய நான் நாகராசன் அல்லன் கிழவரே."

'மணி, எளிமையானப் புரிதலுக்குச் சொல்கிறேன்; ஆண்மகனால் வெல்ல முடியாதவளைப் பழந்தமிழில் அணங்கு என்பர். அம்பிகா ஓர் அணங்கு. அவள் இந்தக் கோயிலின் பூசாரிக்கு மகளாய்ப் பிறந்து வளர்ந்தவளாய் இருந்தாலும், அவள் பூசாரியின் வித்துக்குப் பிறந்தவள் அல்லள். அவள் தாய் ஒரு நாகனைக்கூடி இவளைக் கருத்தரித்தாள். பூசாரி என்னிடம் சொன்னார். இந்த ரகசியம்

78 ~ ~ ~ நல்லபாம்பு: நீல அணங்கின் கதை

அம்பிகாவுக்குத் தெரியாது. பிறந்தக் குழந்தைக்கு ஒரு வயதில் நாம் குலச்சாமிக்குத் தலைமுடி இறக்குவதைப் போல நாகர்கள் ஆணுக்கு முதுகிலும் பெண்ணுக்கு மார்பிலும், ஒரு வயதில் நாகத்திற்கு நேர்ந்து பச்சைக் குத்துவர். அம்பிகாவின் தாய் யாருக்கும் தெரியாமல் அவள் குழந்தையாய் இருந்தபோது பச்சைக்குத்தி இருக்கலாம். அம்பிகாவிடம் இதைப் பற்றி எதுவும் சொல்லாதே. பிற இனப் பெண்களைக் கூடி விதைப்பது நாகர்களின் போராட்ட யுக்தி. என் மனைவியும் நாகரினத்தைச் சார்ந்தவள் என்பது சமீபத்தில்தான் எனக்கு விளங்கியது. நம்மில் பலர் தாம் நாகர் என்பதை வாழ்வின் இறுதிவரை அறியாமலேயே மாள்கிறார். நாகர்கள் இந்தியத் துணைக்கண்டத்தில் எல்லா மதத்தினரிடையும் சாதியினரிடையும் ஊடுருவியிருக்கிறார்கள். அவர்களில் ஒருவனான கருநாகன் என்பவனைச் சந்தித்தேன். இமையம் தொட்டுக் குமரிவரைப் பரவியிருந்த மூத்தக் குடி தாங்கள் என்றான். இந்தப் புவிக்கோளைச் சார்ந்தவராயினும், முதலில் திராவிடர்களும் அவரைத் தொடர்ந்து ஆரியரும் வெளியிலிருந்து வெவ்வேறு திசைவழியே இங்கு வந்துக் கூட்டுச் சேர்ந்துத் தங்களை அழித்தொழித்ததாகக் கூறினான். தங்களை முற்றாய் அழித்தொழித்தப் பிறகு ஐயாயிரம் ஆண்டுகளாக திராவிடரும் ஆரியரும் தங்களுக்குள் சண்டையிட்டு மாள்கிறார்கள் என்றான். தப்புவிதைகளாக எஞ்சிய தங்களுடைய வித்துக்கள் திராவிட, ஆரிய நிலங்களில் ரகசியமாய் ஊன்றப்பட்டு முளைத்ததை செவ்வாய் தோசம், நாகதோசம் எனச் சொல்லி, இனவிருத்தியைத் தடைசெய்கிறார்கள் எனச் சொன்னான். கருநாகன் சொல்லும்போது நான் அரைத்தூக்கத்தில் இருந்ததால் எந்தவொன்றையும் சரியாக உள்வாங்கிக்கொள்ள இயலவில்லை.'

மணிக்குத் தூக்கம்வர கொட்டாவி விட்டான். எட்டியிருந்தப் பானையில் தண்ணீர் முகர்ந்து குடித்தான். சில மணித்துளிகளில் தூங்கிவிட்டான். செம்புலி விடியலை எதிர்பார்த்து இருட்டை வெறித்திருந்தார்.

000 000

பத்து

அகழ்வாய்வறிஞர் நல்லதங்கமும் அம்பிகாவும் செம்புலியைச் சந்திக்க இரும்பை வந்திருந்தபோது, கிழவர் பிச்சைப்பெற ஊருக்குள் சென்றிருந்தார். இப்படி எப்பொழுதாவது நேர்ந்துவிடுவதுண்டு. தேடிச் சென்று பிச்சைப் பெறுவதும் பிச்சை நம்மைத் தேடிவருவதும்; ஓர் இலக்கிற்கு இருவேறு வழிகள் என்பதாகவே கொள்வர் பிச்சாடனர். பரதேசிகளும் பைத்தியக்காரர்களும் பிச்சைப் பெறுவதற்குத் தகுதி படைத்தவர், சிவனடியார்கள் ஒரேசமயத்தில் இந்த இருவராகவும் ஒருசேர விளங்குபவர். வெயிலில் திரிந்து உடம்புக் கன்றிச் சிவந்து கோயில் திரும்பிய கிழவரை நோக்கிக் குளக்கரையிலிருந்து ஒற்றையடிப் பாதையில் அம்பிகாவும் நல்லதங்கமும் வந்துகொண்டிருந்தனர். அம்பிகாவைக் கடைசியாகப் பார்த்து மூன்றாண்டுகள் கடந்திருக்கும் என எண்ணியபடி கிழவர் 'வா மகளே' எனச் சிரித்தார்.

“ஐயா, எப்படி இருக்கிறீர்கள் என்று உங்களை நலம் விசாரிப்பது போன்ற மடமை வேறென்ன? இவள் என் தோழி, நல்லதங்கம். உங்களை ஏற்கெனவே இவளுக்கு அறிமுகம் உண்டு. பாரிசில் எனக்கு இவள் அறிமுகமானாள். காரைக்கால் பகுதியைச் சேர்ந்தவள். உங்களைப் போல காவிரியோடு தொடர்புடையவள். ஸொர்போன் பல்கலைக் கழகத்தின் கீழைத்தேய வரலாற்று உயராய்வு மாணவி. நான் பழம் கலைப் பொருள்களைச் சேகரித்து விற்பவள். பாரிசிலும் புதுச்சேரியிலும் அதற்கான அமைப்புகளை வைத்திருக்கிறேன். இங்கும் அங்கும் நாடாறு மாதம் காடாறு மாதம் பிழைப்பு.”

தான் கொண்டுவந்த உணவைச் சாப்பிட்டபடியே அம்பிகா பேசுவதைக் கிழவர் உள்வாங்கிக்கொண்டிருந்தார்: 'உடம்பைக் காப்பதும் வளர்ப்பதுமே அறிவு. வரலாறு என்பது படிப்பதற்கான வகுப்பறைப் பாடமா?' என்று இடையில் ஒருமுறை தனக்குத்தானே கேட்டுக்கொண்டார்.

நல்லதங்கம் கிழவரை உற்றுப் பார்த்தபடி இருந்தாள்; "ஐயா, உடம்பைக் காப்பதும் வளர்ப்பதும் விவசாயமும் மருத்துவமும் என்பதை அறிவேன். அதே உடம்பை வளர்த்ததையும் காத்ததையும் அடுத்தத் தலைமுறை படித்து அறிந்துகொள்வதுதான் வரலாறு. கலை, இலக்கியம் தவிர்த்த பிற அறிவு யாவும் உடம்பு சார்ந்ததே. மதம் உடம்புக்குள் அடங்குவதில்லை; அது மனம் சார்ந்தது. அதனால்தான் கலை இலக்கியம் யாவற்றின் இயங்குதளமாக மதம் இருக்கிறது. வரலாறு உடம்பை முதன்மையாகக் கொண்டது. உடம்பின் அரசியல்தான் வரலாறு."

"உடம்பின் அரசியலும் மதத்தின் அரசியலும் வரலாற்றின் அரசியலும் வன்முறையாலானது. அது உடம்பை முதன்மையாகக் கொண்டது. சிலுவையில் அறைவதும் கழுவில் ஏற்றுவதும் உடம்பை முதன்மையாய்க் கொண்ட மதத்தின் வன்முறை. வரலாறு என்பது மனித வன்முறையின் வரலாற்றைப் படித்தறிவது. வரலாற்றில் ஒவ்வொரு காலக்கட்டத்திலும் மனிதவுடம்பைச் சித்ரவதைக்கு ஆட்படுத்தும் தொழில்நுட்ப வளர்ச்சியின் படிநிலையைக் காட்சிப்படுத்தும் வன்கருவிகளின் மியூசியம் பாரிசில் இருக்கிறது. மனிதத் தொழில்நுட்ப வளர்ச்சி வன்முறையின் அழகியலை அடிப்படையாகக்கொண்டு வளர்த்தெடுக்கப்பட்டதை வரலாற்று வழிநின்று விளக்குகிறது. ஐயா, நானும் இவளும் சமணர் காலக் கழுமரத்தை விலைகொடுத்து வாங்குவதற்காகத் தேடிக்கொண்டிருக்கிறோம். இயேசு கிறித்து அறையப்பட்ட சிலுவை மரம் இன்றும் பாதுகாக்கப்பட்டு வருகிறது. அது இருக்கும் நாடும் இடமும் தங்கத்திற்குத் தெரியும். உயிர் பயத்தால் என்னிடமே சொல்ல மறுக்கிறாள்." அம்பிகா பேச்சை நிறுத்தி நெற்றியில் வழிந்த வியர்வையை முந்தானையால் துடைத்தாள். செம்புலி உண்டு முடித்து பாத்திரத்தைக் கழுவி எடுத்துவந்து மூலையில் கவிழ்த்து வைத்தார்.

'அந்தச் சித்தனை ஏன் வம்புக்கிழுக்கிறீர். சிலுவையைப் போலவே கழுமரமும் செய்வது எளிது. ஆனால், சிலுவையைவிட கழுமரம் கொடியது. ஊர்த் திடலில் கொடிமரம் இருப்பதைப் போல நிலையானக் கழுமரம் இருந்தக் காலம் பற்றிய நினைவுகள் என்னுள் இன்றும் உயிர்ப்புடன் இருக்கின்றன. அடியார்கள், சமயக் குறவர்கள். சித்தர்கள், எதிரி நாட்டுப் படைவீரர்கள், தொழில்முறைத் திருடர்கள், குடிமுறைக் கள்ளர்கள், நாகர்கள்,

லிங்காயத்துகள் போன்றோர் கழுவிலேற்றப்பட்டனர். அதன் உச்சிக் கூர்முனை ஆசனவாயில் சொருகப்படும். மலமும் குருதியும் மரத்தில் வழியும். சில ஊர்களில் பெண்களையும் கழுவில் ஏற்றுவார்கள். கூர்முனை பிறப்புறுப்பில் சொருகப்படும். மனிதரின் மூளை இளைப்பாற கடவுள் ஒதுக்கிய இடம்தான் மதம். மதத்தின் பெயரால் ஆயிரமாயிரம் ஆசனவாய்கள் குத்திக் கிழிக்கப்பட்டன. மேற்கில் சிலுவையேறியவன் கடவுளானான். கிழக்கில் கழுவிலேறியவன் வரலாற்றில் ஒரு செய்தியானான். மகள்களே, விலங்குத் தன்மையிலிருந்து வெளியேறுவதில் மனித நாகரிகம் உருப்பெறுகிறது. நமது மரபில் கொல்லாமையை போதித்த வள்ளுவன், இயேசுவிற்கும் மூத்தவன். நீங்கள் என்னிடம் எதையோ பேசவந்தீர். நான் எதையோ பேசிக் கொண்டிருக்கிறேன். நான் எனது உணவைப் பகிர்ந்துண்ண உங்களை அழைக்கவில்லை. அந்தப் பழக்கம் எனக்கில்லை. பெற்றப் பிச்சையைப் பிறர் கேட்காமல் பகிர்ந்தளிப்பது பாவம்.' மூவரும் சிரித்தார்கள்.

நல்லதங்கம் பேசினாள்: "நாங்கள் சாப்பிட்டுவிட்டுத்தான் வந்தோம். ஐயா, நீங்கள் தென்னாட்டைத் தாண்டிச் சென்றதுண்டா? உண்மையில் உங்கள் வயது என்ன? உங்களைப் பற்றி அம்பிகா சொல்வதை நம்பமுடிய வில்லையே. ஆமையைப் போல நீங்கள் உயிர்த்திருப்பதாகச் சொல்கிறாள். ஆமாம், இயேசுவைச் சித்தர் எனக் குறிப்பிட்டீரே, அது எப்படி?"

'மகளே, என்னைப் பற்றி நான் யாரிடமும் பேசுவதில்லை. என்னைப் பற்றிய பேச்சில் நானிருப்பதில்லை. நான் யாழ்பாணத்திலிருந்து கைலாயம்வரை சென்றிருக்கிறேன். எங்குச் சென்றாலும் என்னைத் தூக்கிக்கொண்டு செல்வதும், சேறுமிடந்தோறும் சிவலிங்கனைக் காண்பதும் என எல்லாம் ஓரிடம் எல்லாம் ஒருபொருளாகி நிற்பதால் எனக்கு இடக்குழப்பமும் காலக்குழப்பமும் உண்டாகிறது. இரவையும் பகலையும் கணக்கில் கொண்டு நாளை வரையறுத்து ஆண்டைக் கணக்கிடுகிறீர். எனக்கானக் காலக் கணக்கு எனக்கெனவே நான் உருவாக்கிக்கொண்டது. அதற்கான உரிமை எனக்குண்டு. உனது காலமும் எனது காலமும் நடப்பில் ஒன்று, கணக்கில் வேறுவேறு. என்னைச் சுற்றிப் பிறப்பவரைக் கணக்கில் கொண்டு இறப்பவரைக் கண்டுகொள்ளாமல் கடந்துபோவதும், எனக்கு முன்னே என்னைக் கடந்துச் செல்ல யாரையும் அனுமதிக்க மறுப்பதும் எனது இயக்க

விதி. தனித்திரு, பசித்திரு, விழித்திரு என்று என் தோழர் சொன்னார். இந்த நெடிய வாழ்க்கையில் என் தோழரென்று நான் சொந்தம் கொண்டாடிய ஒரேயோர் உயிருள்ள இருப்பு அவர் ஒருவர்தான். அவர் அருளிச் செய்த இம்மூன்று முடிபுகளும் உன்னைக் காலத்தில் ஒரு புள்ளியில் இறுத்தும். நிகழ்காலம், இறந்தகாலம், எதிர்காலம் என்பது மொழி இலக்கணமே அல்லாது கால இலக்கணம் அன்று. காலத்தில் ஒரு புள்ளியில் உன்னைக் குவித்தால் உனக்கு அடுத்த கணம் என்பது இல்லை. காலத்தை மறுத்தவர்க்குக் கடவுள் இல்லை. என் தோழரும் என்னைப் போலவே ஒரு நாத்திகர். என் கடவுள் முக்கண்ணனும் ஒரு நாத்திகனே. நாத்திகமே இறை மனத்தின் உச்ச பாவனை. அதனால்தான் என் கடவுளையே நாத்திகன் என்கிறேன். மகளே, ஆமையைப் போல நான் உயிர்த்திருக்கவில்லை; பாறைக்குள் தேரையைப் போல உயிர்த்திருக்கிறேன். உன் நெஞ்சில் சிலுவையில் அறையப்பட்ட சித்தன் தொங்குகிறான். ஆம், உன் இயேசுவை நான் சித்தனென்று குறிப்பிட்டேன். அவன் இத்துணைக்கண்டத்தின் பனிமலைப் பகுதியில் சிறிது காலம் வாழ்ந்திருக்கிறான். இந்திய ஞானம் அவனை வேறாக மாற்றியது. சிவஞானமே இந்திய ஞானம் என்பது அடிப்படை அறிவு. தென்னாடுடைய சிவனே போற்றி, எந்நாட்டவர்க்கும் இறைவா போற்றி.'

கிழவர் பாறையிலிருந்து சொற்களைச் செதுக்கிச் செதுக்கி எடுத்தார். நல்லதங்கம், அம்பிகாவை அடிக்கடி பார்த்தபடி இருந்தாள். கிழவருடன் பேசிப் பழக்கப்பட்ட அம்பிகா அவரது பேச்சை இலகுவாகப் பின்தொடர்வதைக் கண்டு அவள் வியந்தாள். அவளுக்குத் தொண்டை வறட்சியாக இருந்தது. எழுந்துச் சென்று பானையிலிருந்து நீரை முகர்ந்துப் பருகினாள். கிழவர் அம்பிகாவைப் பார்த்தார். அவளுடைய வாசனை மாறியிருந்தது. மேல்நாட்டுத் தொணி அவளது உடல்மொழியில் வெளிப்பட்டது. அவளுடைய எண்ணத்தில் அவள் அப்பா இன்னும் இருக்கிறாரா எனத் தேடிக்கொண்டிருந்தார். இந்த இரண்டுப் பெண்களையும் ஒருசேரப் பார்க்கப் பார்க்க தனது மருமகள்களான ஜெயராணியையும் கலைராணியையும் பார்ப்பதைப் போல இருந்தது.

செம்புலிக்குப் பிறந்தவை இரண்டும் ஆண்கள். வாய்த்த மருமகள்களோ இரண்டு கால் பாம்புகள். பெயரன்களுடன் பாம்பு நடித்த சினிமாவுக்குப் போய், பிரச்சனை ஏற்பட்டு, இரண்டு நாள்

அதே கதை வீட்டிலும் தொடர, ஒரே சண்டை. வீட்டிலிருந்து மளிகைக் கடைக்குச் சென்றால், 'வீட்டில் போய் இரு' என மகன்கள் விரட்ட என்ன செய்வது எனத் தெரியாமல் பெரியகோயிலுக்குச் சென்று உள் நுழையாமல் முதன்மை வாசலுக்கு இடப்புறத்தில் பரந்தப் புல்வெளியில் அமர்ந்திருந்தார். கோபுரத்தின் உச்சிக் கலசத்தை அன்னாந்துப் பார்த்திருந்ததில் கழுத்து வலித்தது. இரவு பத்து மணி போல செம்புலி வீட்டுக்குத் திரும்பினார். வழியிலேயே தெருவோர இட்டிலிக் கடையில் இரவு உண்டியை முடித்துக்கொண்டார். வீட்டுக்குள் நுழைந்ததும் பேசி வைத்தபடி மகன்களும் மருமகள்களும் இரண்டிரண்டாக அணிப் பிரிந்து ஒருவரை நோக்கி ஒருவர் சாடிக்கொண்டனர். இருத்தரப்பிலும் ஆண்கள் ஓவென்று குரலெடுத்து அழுதனர். பேரப்பிள்ளைகள் தூக்கம் கலைந்து படுக்கையிலிருந்து எழுந்துவந்து தாத்தாவைச் சூழ்ந்தனர். மூத்த மருமகள் குழந்தைகளின் முதுகில் ஆவேசத்தோடு அறைந்து தூங்கத் துரத்தினாள். பிறகென்ன? அந்த இரவோடு செம்புலிக்கு உறவுகளெல்லாம் உயிரறுந்து முடிவுக்கு வந்தன. மீண்டும் போக்கிடமற்று கோயிலுக்கு வெளியே புல் தரையில் மல்லாந்துப் படுத்தார். பார்வைக்கு எதிரே கோபுர உச்சிக் கலசத்தில் முழு நிலா கழுவிலேற்றப்பட்டதைப் போல இருந்தது.

0

பிரான்சுவா மர்த்தேன் வீதியிலமைந்த தனது இருப்பிடத்தில் நல்லதங்கத்துடன் ஷாம்பாய்ஞ் என்ற வெள்ளொயின் குடித்தபடி அம்பிகா, செம்புலிக் கிழவரைப் பற்றிய யோசனையில் ஆழ்ந்திருந்தாள். வெள்ளரிப் பிஞ்சை மென்றபடி பேசினாள்: "காலத்தைக் காசாக்குபவள் நான். நரைக்கூடிக் கிழப்பருவம் யெய்தும் ஒரு பொருளுக்கு மதிப்புக் கூடிக்கொண்டே போவது அந்தப் பொருள் சார்ந்தது அல்ல, மாறாக அதிலுறையும் காலம் சார்ந்தது. அந்தக் கிழவருக்குள் உறையும் காலத்தைக் காசாக்குவது எப்படி எனத் தெரியவில்லை. காலமும் கடவுளும் வெறும் சிந்தனையால் விளையும் கற்பிதம்; மனிதர் அவற்றிலிருந்து பணம் பண்ணுகிறார். நாளை புதுச்சேரிக்கு விடுதலைப் பத்திரம் கையெழுத்தாகப்போகிறது. ஓர் அபத்த நாடகம் முடிவுக்கு வரப்போகிறது. Liberté, Egalité, Fraternité. நேற்றுவரை பெயரளவிலிருந்த இவை மூன்றும் நாளை முதல் துடைத்தெறியப்படப்போகின்றன. தங்கம், பிரிடிஷ் இந்தியா

என்பது மாக்கடல் என்றால் பிரெஞ்சிந்தியா என்பது ஒரு கிணறு. ஒரு குடத்து நீர், அவ்வளவுதான். ஆனால், இனி ஒரு மிடறு நீருக்கு டில்லியிடம் கையேந்த வேண்டும். இத்துணைக் கண்டம் ஐயாயிரம் ஆண்டுகளாக அடிமைப்பட்டுத்தான் இருக்கிறது. அவ்வப்போது ஆட்சிமாற்றம் நடக்கும். உனக்கு நாகர்களைத் தெரியமா? இனிவரும் நூற்றாண்டுகளில் விடுதலையைப் பற்றி அவர்கள்தாம் பேசுவார்கள். உனக்குப் பிடித்தமான உணவான எனது வெண்கொங்கைகளுக்கு நடுவே பச்சைக் குத்தப்பட்டுள்ள பாம்புப் படத்திற்கு ஒரு வரலாறு உண்டு. மண்ணின் மைந்தர்களின் மறைக்கப்பட்ட வரலாறு. அடியேய் கருப்பழகி, நல்லதங்கம். குடித்தபடியே தூங்காதே, விழித்திரு. நல்லபாம்புகள் உறங்குவதில்லை.''

000 000

பதினொன்று

‘கிழவர் செம்புலி தன்னைக் கதைகளாலானவன் என்று சொல்லிக்கொள்கிறார். தங்கம், இவர் மட்டுமல்லர், இந்திய நிலப்பகுதியில் பிறந்தவர் பிறப்பவர் அனைவரும் கதைகளாலேயே கருத்தரித்தவர். நாள், நட்சத்திரம், கோள்களின் சஞ்சாரம் இவற்றை கணித்தே இல்லறத்தைத் துவங்குகிறார்கள். ஆண் பெண் கூடலில் துவங்கி கருத்தரித்துப் பிறந்து வளர்ந்து இறக்கும்வரை ஒவ்வொரு நாளும் ஒவ்வொரு பொழுதும் திட்டமிடப்பட்டது. ஒவ்வொரு மனிதரும் திட்டமிடப்பட்டவர். திட்டமிடப்பட்டவர்களால் நிறைந்த சமூகம், அதன் இயக்கம், அதன் காலம், உருத்திரளும் வரலாறு என எல்லாம் திட்டமிடப்பட்டு வரையறுக்கப்பட்டவை. இச்சமூகத்தின் ஒவ்வொரு அசைவும் மனிதரை முன்னிலைப்படுத்தி கடவுளைத் தள்ளிவைத்து, மறுத்து உருவாக்கப்பட்டது. இந்தியச் சமூகம் அடிப்படையில் ஒரு நாத்திகச் சமூகம். நாம் கோள்களின் இயக்கவிதிகள் சொல்லும் கதைகளாலானவர்கள். நாம் பழங்கலைப் பொருட்களை விற்கிறோம். இக்கலைக்கூடத்தில் உள்ள ஒவ்வொரு பொருளும் கதைகளாலானவை. கதைகள் உன்னை சிறையில் அடைக்கும், கதைகள் உன்னை விடுதலை செய்யும், கதைகள் உன்னை நாடு கடத்தும், கதைகள் உன்னைக் கொல்லத் துரத்தும். தங்கம், மனிதர் அடிப்படையில் ஒரு கதை உயிரி.

நேற்று இந்தக் கலைக்கூடத்தில் ஒவ்வொரு பொருளாக நோண்டி நோண்டிப் பார்த்து, வாங்க வந்தவன் போல நடித்து நம்மை நோட்டமிட்டானே, அவனை யாரென்று தெரியுமா உனக்கு? அவனொரு நாகன். கருநாகன் என்பது அவன் பெயர். கீழூரைச் சார்ந்தவன். புதுச்சேரியைத் தனி நாடு எனச் சமைக்கப் போராடிவரும் தலைமறைவு இயக்கத்தைச் சார்ந்தவன். ‘தமிழ்ப் புதுவை விடுதலைப் பாம்புகள்’ என்ற இவர்களின் இயக்கத்தை பிரெஞ்சு அரசு அங்கீகரிக்கவில்லை. இங்குள்ள தேசியவாதிகளான கம்யூனிஸ்டுகளும் காங்கிரஸ்காரர்களும் இவர்களை ஏற்கவில்லை.

அரசியல் தளத்தில் இவர்கள் பாம்பாட்டி என்ற ஏளனச் சொல்லால் குறிப்பிடப்படுகிறார்கள். அருகில் வரும்போது அவன்மீது வீசும் பாம்பு வாடையைக்கொண்டு அவனை அடையாளம் கண்டேன். எத்தனை விதமான ஓ தெ கொலாஞ்ஜில் மூழ்கியெழுந்தாலும் என்மீது வீசும் பாம்பு வாடையை மோப்பம்பிடித்து இந்தத் தெருவையே அடிக்கடி வலம் வருகிறான். எனது வர்க்க நிலை என்னை அணுக அவனைத் தடுக்கிறது. என்னை வென்றெடுத்து அரசியல்படுத்தி தனது இயக்கத்தில் சேர்க்க விரும்புகிறான் போலும். நம்மூர் ஆலைத் தொழிலாளர்கள் அனைவரும் கம்யூனிஸ்டுகள் என்ற மூடநம்பிக்கையைப் போல, நாகர்கள் எல்லோரையும் விடுதலைப் பாம்புகள் என்று கருதுகிறான்.'

அம்பிகா பேச்சை நிறுத்தி நல்லதங்கத்தின் தோள்களைப் பற்றி உலுக்கினாள். தங்கம் சிரித்தபடியே பொய்யுறக்கம் கலைந்தது போல் இமைகளைக் கசக்கிக்கொண்டாள். தமிழில் பேசிவந்த அம்பிகா இப்பொழுது பிரெஞ்சில் பேச்சைத் தொடர்ந்தாள்;

'அடியேய் கருப்புத் தங்கம், நான் பேசிக்கொண்டிருக்கும் போது நீ தூங்கிக்கொண்டிருக்கிறாய். நீ என்னை உறவுகொள்ளும் போதுதான் சுறுசுறுப்பாக இயங்குகிறாய். எனது ஆரிய யோனியும் உனது திராவிட அல்குலும் உரசிப் படரும் தீயில் இரவுகள் எரிகின்றன. நேற்றிரவு என் பூனை மயிரை உனது முன் பற்களால் கடித்து இழுத்தபோது உண்டான வலி இன்னும் தகிக்கிறது. நீயோ கருஞ்சிறுத்தை, நானோ விடலைப் பசு. எனது சுரக்காத முலைகளை அறுத்து வறுத்து சிவப்பு ஒயினுக்குத் தொடுகறியாய் சமைத்துக்கொள். எனக்கு உந்தன் திராட்சை நிற விழிகளே போதும். ஆனால், உன்னை ஒருநாள் கவித்துவமான காமவெறியில் பச்சையாகக் கடித்துத் தின்றுவிடுவேன், செம்புலி தன் மனைவியின் பிணத்தைத் தின்றதைப் போல. என்னிடம் கவனமாக இரு. இதையேன் பிரெஞ்சில் சொல்கிறேன் தெரியுமா? தமிழில் பேசினால் அம்மொழியின் புனிதம் கெட்டுவிடும். தமிழ், கண்ணகி பேசிய மொழியல்லவா. ஒரு மொழியின் அழகு அதைப் பேசும் பெண்களின் ஒழுக்கத்தால் வடிவமைகிறது என்று என் அத்தை சொல்வாள். தனக்குத் தானே பரமபதம் விளையாடியபடியே நாள் முழுவதும் திண்ணையிலேயே அமர்ந்திருப்பாள். அவளுக்குப் பிறகு அந்த இடம் எனக்கு ஒதுக்கப்பட்டது. பிரெஞ்சு இலக்கியவாதிகள் என்னை விடுதலைச் செய்தனர். மதாம் பவாரி பயன்படுத்திய

வாசனைத் திரவியத்தைத்தான் நானும் பயன்படுத்துகிறேன்.'

"அம்பிகா, நாளை காரைக்காலுக்குப் போகலாம் என்றிருக்கிறேன். அம்மா அழைக்கிறாள். விடுமுறையை அம்மாவோடு கழிக்கவந்து உன்னுடனேயே இருக்கிறேன். இன்னும் இரண்டு வாரத்தில் பிரான்சிற்குப் பயணப்பட வேண்டும். மீண்டும் இங்கு வரமாட்டேன். ஊரிலிருந்து மதராசிற்கு அப்படியே போகிறேன். வந்த வேலை எதுவும் முடியவில்லை. நான் அரைத்தூக்கத்தில் நடப்பவளாகவே இருக்கிறேன். எரியும் எதார்த்தத்தை எதிர்கொள்ளத் தயங்குகிறேன். செம்புலிக் கிழவனார் பேரரசனின் உடல் கோயிலுக்குள் எங்கோவோரிடத்தில் அடக்கம் செய்யப்பட்டிருப்பதாகச் சொல்கிறார். பாடம் செய்யப்பட்டப் பிணங்களை எகிப்தியப் பிரமிடுகளுக்குள் கண்டெடுப்பதைப் போல கோயில் கோபுரப் பிரமிடுக்குள் சோழனின் பிணம் மூலிகைத் தழைகளால் சுற்றப்பட்டுப் பதப்படுத்தப்பட்டிருப்பதை காலத்தில் யாரேனும் கண்டெடுப்பார்கள். ஏன் அது நீயாக இருக்கக்கூடாது என வழுக்கைத் தலையிலிருந்து முகத்தில் காக்கையின் எச்சம் வழிய மாமன்னன் எனது கனவில் வந்து என்னைக் கேட்கிறான். சோழனின் முகம் செம்புலியின் முகச்சாடையில் இருந்தது.

அம்பிகா, அந்தக் கிழவரால் ஆகப்போவது ஒன்றுமில்லை. அவரிடம் கதைகள் இருக்கின்றன. அவை கற்பிதங்களாலானவை. வரலாற்றின் உண்மை நிகழ்வுகள் எதுவுமில்லை. அந்தப் பாம்பாட்டிப் பையனிடம் கவனமாக இரு. இங்கிருப்பவை காட்சிக்காக வைக்கப்பட்ட பொருட்கள் அல்ல, இவை விற்பனைக்கானவை, வெட்டியாகப் பொழுதைக் கழிக்க இங்கு வராதே என்று முகத்திற்கு நேராகச் சொல்லிவிடு. புதுச்சேரி எனக்கான ஊரில்லை. ஸொர்போன் பல்கலைக் கழக வளாகத்தில் சுற்றித் திரிவதிலுள்ள பாதுகாப்பை வேறெங்கும் என்னால் உணர முடியவில்லை. அம்பிகா, நான் பிரான்சிலேயே எனது வாழ்க்கையை அமைத்துக்கொள்ளப் போகிறேன். இப்ராகிம் உனக்குத் தெரியும்தானே, நெடிய அல்ஜீரியன், அவனுடன் சில காலம் வாழ்ந்துப் பார்க்கலாம் என்றிருக்கிறேன். நிரந்தரமாக ஒருவருடன் வாழும் போக்கு எனக்கு ஒத்துவராது. ஒத்தப் பாலாக இருந்தாலும் முரண் பாலாக இருந்தாலும் சேர்ந்து வாழ்வதென்பது தற்காலிகமானதாக இருக்கவேண்டுமே அல்லாது நிரந்தரமான உறவு வன்மத்தை விளைவிக்கும். நீயும் நானும் ஒரே

கூரையின் கீழ் ஒரு மாதம் வாழ்ந்தால் முரணிக்கொள்வோம். தனியாக வாழ்வதே சிறந்த மார்க்கம். ஆனால், இனப்பெருக்கம் செய்வது உயிர்மை அறம். இனத் தூய்மையைப் பேண மறுத்து அகிலம் தழுவிய இனக்கலப்பு ஒரு நூற்றாண்டிற்குத் தொடர்ந்து நடந்தால் கலப்பினச் சமூகமாய் உலகம் மலரும். இருபத்தோராம் நூற்றாண்டின் அறுபதுகளில் மனித இனம் நிறம் மாறும். அதற்கான முன்னெடுப்பை என் உடம்புவழி நிகழ்த்தப்போகிறேன். ஆண்டிற்கு ஒன்றாய் வெவ்வேறு இனக்கலப்பில் பிள்ளைப் பெறப்போகிறேன். அதற்கு நான் பிரான்சில் இருந்தால்தான் வசதிபடும். இன்று நானொரு பின்காலனிய நாட்டின் குடிமகள். பாதி இந்திய மீதி பிரெஞ்சுக்காரி. காலனியவாதிகள் என்னை சாதியிலிருந்து வெளியேற்றினார்கள். தீண்டத்தகாதவள் பட்டியல் இனத்தவள் என்று பட்டியில் அடைக்கப்பட்டிருந்தவள் நான். நான் பிரெஞ்சுக்காரியாய் இங்கிருந்து வெளியேறியது இந்திய வரலாற்றில் மாபெரும் தப்பித்தல். காலனியவாதிகள் என்னை விடுதலைச் செய்தனர். முதல் உலகப் போரிலும் இரண்டாம் உலகப் போரிலும் என் ரத்தவுறவுகள் குண்டடிபட்டு மாண்டிருக்கிறார்கள். அவர்கள் கூலிப் போர்த்தொழிலாளர்களாய் இங்கிருந்து ஐரோப்பியக் கண்டத்திற்கு ஓட்டிச்செல்லப்பட்டவர்கள்.

அம்பிகா, நீ பாப்பாத்தி, நான் பறைச்சி. நான் இந்த நிலத்தில் ஐயாயிரமாண்டுகளாகக் காலனிய ஆதிக்கத்தின் கீழ் நிறுத்தி வைக்கப்பட்டுள்ளேன். விடுதலை என்பதின் சுவை உன் நாவிற்கு வேறு, என் நாவிற்கு வேறு. இங்கு இனம், இனக்குழு இரண்டும் குழப்பப்பட்டு சாதிகளாக வார்க்கப்பட்டிருக்கிறோம். நமது உயிரியல் அடையாளம், இனக்குழு அடையாளம், அரசியல் அடையாளம், பண்பாட்டு அடையாளம் என அனைத்தும் குழப்பப்பட்டு சாதிய அடையாளம் என்றவொன்று வார்க்கப்பட்டுள்ளது. உலக வரைபடத்தில் இந்தியாவைக் காணும்போது எனக்கு அது தேசிய இனங்களின் கல்லறைத் தோட்டம் போலத் தெரிகிறது. எனது நாட்டை முழுமையாகச் சொந்தம்கொண்டாட முடியவில்லை. இந்த மனச்சிக்கலை உன்னால் புரிந்துக்கொள்ள இயலாது. அம்பிகா, இந்தியருக்கு விடுதலை என்ற சொல்லின் பொருள் உடம்போடும் உயிரோடும் உணர்வோடும் ஒட்டுவதாக இல்லை. இங்கு பொது மனிதர் என்பது இல்லை. அகில உலக இனக்கலப்பும் அகில இந்தியச் சாதியக் கலப்பும் ஒரே சமயத்தில் நிகழவேண்டும். இதற்கு நூறாண்டுகள்

போதாது, ஆயிரமாண்டுகளைக் கடக்கவேண்டும். சர்வாதிகாரச் சட்டதிட்டங்கள் மூலம் செயல்படுத்த குறைந்தது நூறாண்டுகள் தேவைப்படும். இவையாவும் வெற்றுக் குடிகாரிப் பேச்சு. ஏய் வெள்ளைச்சி, சிரிக்காதே. மனிதருக்கு மட்டும்தான் சிரிப்பு அழகு, பிற உயிரினங்கள் சிரித்தால் பயத்தைத் தருகிறது. உன்னுடையது பாம்பின் சிரிப்பு. கண்ணாடியில் பார், பாம்பு சிரிப்பதை."

'பிரெஞ்சு உச்சரிப்பில் தமிழை நீ பேசும்போது நம் மொழி இத்தனை அழகா என வியக்கிறேன். தமிழ், அறத்திற்கான மொழி. பிரெஞ்சு, கவிதைக்கான மொழி. அறமும் கவிதையும் இழைந்தக் கலவியில் திருக்குறள் பிறக்கிறது. நான் திருக்குறளை பிரெஞ்சில் மொழிபெயர்த்து வருகிறேன். திருவள்ளுவரின் நடுமுதுகில் பாம்புப் படம் பச்சைக் குத்தப்பட்டுள்ளதை அவருடைய பனுவலினூடாகப் பயணித்தபோது கண்ணுற்றேன். கடந்த நூற்றாண்டின் இறுதிவரை தமிழகத்தின் தென்கோடியில் பனையேறிக் குடிகளின் பெண்கள் மார்ச்சீலை அணிவது தடுக்கப்பட்டிருந்தது. ஆண்கள் பொதுவாகத் திறந்த முதுகுகளோடு இருப்பார்கள். பாம்புப் படம் பச்சைக் குத்தப்பட்டுள்ளதா என்பதைப் பரிசோதிக்கவே திறந்த மார்போடு பெண்கள் இருத்தி வைக்கப்பட்டுள்ளனர் எனக் கருதுகிறேன். ஆதிகாலத்தில் நாகர்கோயில் தென்னிந்தியத் தீபகற்பத்தில் நாகப்பேரரசின் தலைநகரமாக இருந்ததென மானுடவியலாளர் குறிப்பிடுகின்றனர். என் மார்பின் அழகுதான் உனக்குத் தெரியும், அதன் அரசியல் நீ அறியாதது. படமெடுக்கும் நல்லபாம்பின் பின்பக்கத்தைப் பார்த்திருக்கிறாயா நீ? தென்னிந்தியத் தீபகற்பத்தின் வரைபடம் தெரியும்.'

"இது புதிய கண்டுபிடிப்பாக இருக்கிறதே. நான் ஸொர்போனில் வரலாறு படிக்கிறேன். நீ பழம் பொருட்களினூடாக வரலாறை மீட்டுருவாக்கம் செய்கிறாய். தொன்மை என்பது இன்று முட்டையிலிருந்து வெளிவந்த நல்லபாம்புக்கும் இருக்கிறது. இன்று புதிதாய்ப் பிறந்தவர் என்று யாருமிலர். பழையன கழிதலும் புதியன புகுதலும் தொழில்நுட்ப வளர்ச்சிக்குப் பொருந்துமே அல்லாது சமூக வரலாற்றுக்குப் பொருந்தாது. அது வாழையடி வாழையாகத் தொட்டுத் தொடர்வது. செம்புலி சோழர்களின் வழி தன் கதையைத் தொடர்கிறார். நீ நாகர்களின் வழி உன் கதையைத் தொடர்கிறாய். வரலாற்றில் முழுமை என்பதும் ஒருமை என்பதும் இல்லை. அனைத்தும் ஒன்றோடு ஒன்றாய் பற்றிப்

படர்வது. பூமி உருண்டை எனவே அது முழுமை; அதில் வாழும் மனிதக்குலம் முழுமை இல்லை. அது ஆதியும் அந்தமுமில்லா அருட்பெருஞ்சோதி. செம்புலிக் கிழவனார் பசுவின் யோனிவழிப் பிறந்தவர். அவருக்கு முடிவு என்பது இல்லை. அதுபோலவே தொடக்கமுமில்லை. அவர் சொல்லும் வரலாறு கற்பிதமானது என்றேன்; ஆனால், அவர் கற்பிதம் அல்லர். அவர் ஒரு நேர்க்கோடு, எல்லாரையும் கடந்து போய்க்கொண்டே இருக்கிறார். அவர் வாழையடி வாழை. அம்பிகா, உலகிலுள்ள மனிதர்களைப் புதிதாகக் கலைத்து அடுக்க வேண்டும். புதிய வைப்புமுறைகளில் சிதைத்து ஆக்கவேண்டும். இது மறு சுழற்சி இல்லை, புதிய மறுவுருவாக்கம். மதம், தத்துவம், கலை இலக்கியம் போன்றவை இதற்கு உதவாது. பாமரத்தனமாகச் சொன்னால் நவீன விஞ்ஞானத் தொழில்நுட்பம் மின்சாரத்தை அடிப்படையாகக் கொண்டது. நெருப்பு, காற்று, வெளி, நீர், நிலம் என்ற ஐந்துடன் மின்சாரத்தையும் சேர்த்து மனிதர் ஆறாலானவர் எனச் சொல்லும் ஒன்றைச் சார்ந்து விளைவது சுயம்புவாகாது. முன் பின் தொடர்பறுத்த ஆதியும் அந்தமுமில்லா புதிய விளைச்சல். பஞ்சபூதங்களை மறுத்த ஒரு பாய்ச்சல். இந்த உடம்பு எனக்கு அலுத்துவிட்டது. மூளையின் புதிய அறைகளைத் திறக்கவேண்டும். ஐம்புலன்களை இடம் மாற்றி, அவற்றின் இயக்க விதிகளை மாற்றிக் கோர்த்து புதிய விசையை ஆற்றலை உருவாக்க வேண்டும். சூன்யத்திலிருந்து புதிய பெருவெடிப்பு. முதலிலிருந்துத் தொடங்குவதல்ல; மாறாக, இன்றிலிருந்துத் தொடர்வது. நான் குடித்துவிட்டு உளறவில்லை, போதை மூளையின் புதிய அறைகளைத் திறக்கிறது என்பதை புதிய கண்கொண்டு பார்."

'தங்கம், இந்த மாளிகையில் துடைக்க, பெருக்க, சமைக்க, கழுவ எனப் பல வேலைகளைச் செய்ய நான்கு பெண்கள் கறுப்பு நகரத்திலிருந்து வருகிறார்கள். அதிலொரு பிரான்கோ–தமிழ் முதிர் பெண்மணி இருக்கிறாள் அல்லவா, அவள் ஒருநாள் தன்னைப் பற்றி சொன்னாள்; "மத்மோஸல், எனக்கு வயது அறுபத்தைந்து. நான் பருவமடைவதற்கு முன்னமே பன்னிரெண்டு வயதில் ஒரு வளர்ந்த ஆணால் தொல்லைக்கு ஆளானேன். மாவடு போன்ற என் மார்பைத் தின்றான். அன்று தொடங்கி இன்று என் கணவனாக இருப்பவன் வரை ஏறக்குறைய அரை நூற்றாண்டாய் என் அங்கம் தின்னப்படுகிறது. இடையில் இரண்டாண்டு என் ஒரே மகள் பால் குடித்தாள். அவளைத் தவிர்த்து மற்ற ஆண்களின் பயன்பாட்டுக்கு

அவை உட்பட்டதில் பயனொன்றுமில்லை. மத்மோஸல், முலைகளின் பயன்பாடு ஈனும் குட்டிகளுக்குப் பாலூட்டத்தானே? உலகப் பாலூட்டிகளில் மனித ஆண் மட்டுமே அவற்றை அவற்றின் பயன்பாட்டுக்கு அப்பால் வேறொன்றுக்காகவும் கையாள்கிறான். உண்மையில், முலைகள் பெண்களுக்கு அசௌகரியமான உறுப்பு என்பதை நீ என்றேனும் உணர்ந்திருக் கிறாயா?'' என்று என்னிடம் கேட்டாள். தங்கம், என்னை முறைக்காதே. உன் பேச்சைத் திசைத் திருப்ப முலைகளைப் பற்றி பேசவில்லை. முலைகள் போராயுதங்களாக வரலாற்றில் பயன்பட்டதைப் பற்றி சொல்லவந்தேன். நஞ்சுத் தடவிய முலைக் காம்புகளைச் சப்பிச் செத்தவர்கள் அநேகர். பாம்புப் படத்தைப் பச்சைக் குத்த நாகாத்தாள்கள் தெரிவுசெய்த இடம் ஒரு மறைபொருளைக் குறியீடாகக் கொண்டுள்ளது. என் நடு மார்பிலுள்ள பச்சை எப்பொழுது குத்தப்பட்டது என்று எனக்குத் தெரியாது. போரில் தொல் தமிழர் புறமுதுகில் வேல் ஈட்டி வாள் பாய்ந்து மாள்வதென்பது வீரத்திற்கு இழுக்கு. முதுகில் பச்சைக் குத்தப்பட்ட பாம்புப் படத்தில் வேல் பாய்வதென்பது இனக்குடிக்கு இழுக்கு என்பதாகவே சங்ககாலத்திற்கும் முந்தையத் தமிழ்க் குடிக்கு இருந்திருக்கும். ஆணுக்கு நடு முதுகும் பெண்ணுக்கு நடு மார்பும் சொல்லும் மறைபொருள் குறித்து அலசி ஆராயவேண்டும். நடு மார்புக்கு நான் இருக்கிறேன். நடு முதுகிற்கு யாரைத் தேடுவது? கருநாகன் இருக்கிறான். ஆனால், அவனை உனக்குப் பிடிக்காது. நாளை நீ காரைக்காலுக்குப் போவதைத் தள்ளிவைக்க முடியுமா? தங்கம் என்ன, தூங்குகிறாயா?'

"இல்லை, நாளை நான் போகிறேன். ஒவ்வொரு நாளும் தள்ளிப்போடப்பட்டு நான் அம்மாவைப் பார்க்காமலேயே, வந்தவழியே என்னைப் பிரான்சிற்கு அனுப்பி வைத்துவிடுவாய். முடிந்தால் நான் பிரான்சிற்குப் போவதையும் தள்ளிப்போடுவாய். பாம்பே சிரிக்காதே. உனக்குக் கருநாகன் மீது ஒரு கண். அவனுடைய வாடை உன்னைக் கிறங்க வைக்கிறது. நான் ஊருக்குப் போனதும் அவன் நானிருந்த இடத்திற்கு வந்துவிடுவான். பாம்பின் கால் பாம்பறியும். அம்பிகா, இந்த இரவு முழுவதும் பேசிக்கொண்டிருப்போம். தொடரும் பேச்சென்பது ஊறல்போட்டச் சாராயம் போல நாள்படநாள்பட போதைக் கூடிக்கொண்டேயிருக்கும். அம்பிகா, உலக நாடுகளின் அரசியல் வரலாறுகளையும் அவற்றின் தொன்மங்களையும் ஆர்வத்துடன்

வாசிக்கும் எனக்கு உன்னைப் போல் இலக்கியவாசிப்பில் மனம் லயிப்பதில்லை. பொந்திஷேரிப் பன்றிகள் ஆர்வத்துடன் பீத்தின்பதைப் போல் நீ பரவசத்துடன் மண்டை மண்டையாகப் பிரெஞ்சு நாவல்களை வாசிக்கிறாய். எனக்குக் கதை கேட்பதில்தான் ஆர்வம் அதிகம். வாசித்தல் என்பது அதிக உழைப்பைக் கோருவது. நான் இயல்பிலேயே சோம்பேரி. குடிப்பது, புணர்வது, உண்பது; இம்மூன்றில் மட்டுமே நான் உயிர்ப்போடு செயல்படுகிறேன். இவற்றில் மட்டுமே எனக்குத் தேவையானதை நானே தேர்ந்தெடுக்கும் உரிமைகொண்டிருக்கிறேன். அம்பிகா, எனக்கு ஒரு கதை சொல். படித்ததில் பிடித்ததைச் சொல். உன் கதைவழியே அதில் வரும் கதாபாத்திரங்களில் எனக்குப் பிடித்தமான ஒன்றில் கூடுபாய்ந்து வாழ்ந்து பார்ப்பேன். வாசித்தலிலும் கதை கேட்பதிலும் கூடுவிட்டுக் கூடுபாய்வது சாத்தியம்தானே.''

'கூடுபாய்தல் என்பது மாயாசாலம் அல்ல; அது ஒருவித மனக் கலை. நம் மரபில் இக்கலை மறக்கடிக்கப்பட்டுவிட்டது. ஆப்ரிக்க, லத்தின் அமெரிக்க, ஆஸ்திரேலியப் பழங்குடிகளில் சில இனக்குழுக்களிடம் இம்மனக்கலைப் பயிற்சி நடைமுறையில் இருக்கிறது. உனக்குக் கூடுவிட்டுக் கூடுபாய்ந்தக் கதை ஒன்றைச் சொல்கிறேன். இன அழித்தொழிப்பிற்கு உள்ளான ஒரு காலனிய நாட்டில் தன் சொந்த உடம்பின் விடுதலையை முன்னிறுத்தி போராடிய ஆயுதம் தாங்கியப் போராளி ஒருவனைப் பற்றிய கதையைச் சொல்கிறேன், கேள். அவனுடைய ஆயுதம் அவனுடைய ஆண்குறி. இது ஆண்குறியைப் பற்றிய கதையோ ஆண்குறியின் அரசியல் பற்றிய கதையோ இல்லை. இதுவோர் ஆப்ரிக்கக் கண்டத்துத் தொல்கதை. கதை நிகழும் இடம் என்பது ஒரு வசதிக்காகத்தான் குறிப்பிடப்படுகிறது. உலகில் இன ஒடுக்குதலுக்கு ஆளான எல்லா நிலப்பகுதிக்கும் பொதுவான ஒரு கதை.

தனது கிராமத்தில் ஒரு முழுநிலா இரவில் ஆண் பெண், முதியோர் குழந்தைகள், வளர்ப்பு விலங்குகள் என எல்லோரும் கொல்லப்பட்டு மொத்தமாகக் குவித்துக் கொளுத்தப்பட்டு விடியும்வரை எரிக்கப்பட்ட நாளில், அங்கிருந்துத் தப்பிய ஒரு கருஞ்சிறுத்தையின் கதை. உலகம் எங்கிலும் கறுத்தவர்கள் கொல்லப்பட்ட காலத்தில் அவன் தனது பாலுறுப்பை ஆயுதமாகக் கையிலெடுத்தான். வெள்ளை நிறத்துப் பெண்களை அவர்கள்

அறியாமலேயே கருவுறுத்தினான். தனது இனக்குழுவின் தாய்த் தெய்வத்தின் காதல் இணையான கருஞ்சிறுத்தை ஒன்றை வசப்படுத்தி அதனுள் கூடுபாய்ந்தான். தங்கள் வீடுகளில் வெள்ளை நிறப்பெண்கள் தனியாக இருக்கும்போது அவர்கள் முன் பாய்ந்து நின்று, பயமுறுத்தி மயக்கமடையச் செய்து உறவுகொண்டு கருவுறுத்திவிடுவான். வெள்ளைப் பெண்கள் கறுப்புக் குழந்தைகளைப் பெற்றெடுக்க அந்த வட்டாரத்தில் பெருங்குழப்பம் நிலவியது. கறுப்பு மக்கள் முற்றாக அழித்தொழிக்கப்பட்டுவிட்ட அந்த வட்டாரத்தில் யார் மூலம் பெண்கள் கருவுற்று கறுப்புக் குழந்தைகளை ஈனுகிறார்கள் என்ற ஐயத்தில் வெள்ளை நிற ஆண்கள் தங்கள் பெண்களைச் சந்தேகப்பட்டனர். காபிக் கொட்டை ஏற்றுமதியில் கொழுத்துச் செழித்த அந்த மாகாணத்தில் ஒரு குறிப்பிட்ட வட்டத்திலிருந்து பரவிய நிறக்கலப்பு எல்லைத் தாண்டி நாடு முழுவதும் பரவியது. காலனியவாதிகள் நிறம் திரிந்து பாலுடன் காபி கலந்து பால்காபி என்ற புதிய நிறச் சமூகமாய் வரலாற்றில் உருவாகி நின்றனர். அந்தப் பால்காபி நிறச் சமூகத்தைச் சார்ந்த ஓர் ஆணைப் பற்றிய கதையைச் சொல்லப் போகிறேன்.

இருண்ட கண்டத்தின் தென்பகுதியில் ஒரு கடலோர நகரத்திற்குப் பூம்புகார் என்ற பெயரை நம் வசதிக்காக வைத்துக்கொள்வோம். அங்கு கோமுகி என்ற பெயருடைய வணிகக் குலத்துப் பெண்ணொருத்தி குலம் சிறக்க ஊர் சிறக்க வாழ்ந்துவந்தாள். தாய் வழிச் சமூகத்தில் பெண்களிடமே சொத்துரிமை இருந்ததால் ஆண்கள் குடும்பப் பொறுப்பைக் கவனித்தனர். கோமுகிக்குக் கண்ணன் என்ற ஆணை மணம் முடித்தனர். இவனைப் பற்றிய கதையைத்தான் உனக்குச் சொல்லப்போகிறேன். கண்ணன் ஆண்மையின் இலக்கணத்தோடு வளர்ந்தவன். சாளரத் திரை மறைவில் நின்று தெருவில் போவோர் வருவோரைப் பார்ப்பானே அன்றி வாசற் படியில்கூட நின்று வேடிக்கை பார்க்கத் தயங்குபவன். கண்ணனின் ஆண்மையை முழுமையாக ஆண்டுவந்தாள் கோமுகி. கண்ணன் பயந்த குணாளன். கோமுகியுடன் தனது கட்டிலைப் பகிர்ந்துகொள்ளவே பயந்தான். கோமுகி அவனை பலவந்தமாக உறவுகொண்டும் அவளால் கருத்தரிக்க இயலவில்லை. அவளுடைய மனம் வேறோர் ஆடவனை நாடியது. ஒருநாள் மாலை கடற்கரையில் கறுப்பிசைக் குழுவொன்றின் இசை நிகழ்ச்சியைக் கண்டு, கேட்டு ரசித்த கோமுகி, அக்குழுவில் நடனமிட்டுப் பாடி அமர்க்களப் படுத்திய தூய கறுப்பு வண்ணன்

மாதவன் என்பவன் மீது மையல் கொண்டாள். மாதவன் அழகன். அவன் நடனமிட்டபடி பாடுவதும் மேடையில் புவியீர்ப்பு விசையற்ற வெளியில் நடப்பதைப் போலச் சலனிப்பதையும் கண்ட நகரப் பெண்கள் அவன் மீது தீராத காதல்கொண்டனர். மாதவனைக் காமுற்ற கோமுகி யோனி கசிந்தாள். தாளமுடியாத விரகத்தில் கட்டியக் கணவன் கண்ணனிடமிருந்து விலகி நடுயிரவில் தெருவில் நின்றாள். முழுநிலா நடுவானிலிருந்து மேற்கில் சரியத் தொடங்கியபோது மாதவன் வீட்டுத் தெரு நாய்கள் குரைத்தபடி பின்தொடர நடந்தாள். அவளது காற்சிலம்புகள் போகாதே போகாதே எனப் புலம்பின. கோமுகி, மாதவன் வீட்டு வாசற் படியேறி கதவைத் தட்டினாள். கதவு திறந்த மாதவன், கோமுகியின் விம்மிப் புடைத்த முலைகளைத் தாங்கி நேரே படுக்கைக்கு அழைத்துச் சென்றான். அதற்குப் பிறகு கோமுகி கணவன் கண்ணனின் வீட்டுக்குத் திரும்பவில்லை. கோமுகியின் அழகில் மாதவனும் மயங்கிக் கிடந்தான். மாதவனின் பரந்தக் கறுத்த மார்பில் தனது பருத்த முலைகள் அழுந்தக் கோமுகி தன் அவிழ்ந்து விரிந்தக் கூந்தலால் அவன் முகம் மூடி கால்கள் பின்னி மேலே கிடந்தாள். கண்ணன், கோமுகியின் வரவை எதிர்நோக்கித் தனிமையில் எரிந்தான். கோமுகிக்குப் பணம் தேவைப்படும்போது மாதவனின் பணியாளைத் தன் கணவனிடம் அனுப்பி பணம் பெற்றுவரப் பணித்தாள். கணவன் எடுத்துக் கொடுக்கக் கொடுக்க செல்வம் கரைந்தது. கோமுகி கருவுற்று வயிறு வளர்ந்தது. பத்தாம் திங்களில் முழுநிலா நாளில் கோமுகி, மேகலா என்ற குழவியை ஈன்று மாதவனைத் தந்தையாக்கினாள்.

கோமுகி, கண்ணனைப் பிரிந்து மாதவனுடன் இணைந்து மேகலைக்குத் தாயானாள் என்ற செய்தி நகரத்தின் மூலை முடுக்கெல்லாம் பேசப்பட்டது. கண்ணன் நஞ்சு அருந்தி தற்கொலைக்கு முயன்றான். கோமுகியின் உறவினரும் கண்ணனின் உறவினரும் கூடிப் பேசினர். அதன்படி, மாதவனுக்குப் பிறந்த மேகலையை அவனிடமே ஒப்படைப்பது; குழந்தைக்குக் கோமுகியின் சொத்தில் பாதியை எழுதித் தருவது. மேலும், நாட்டின் அடுத்த மாகாணத்துக்குக் கணவன் கண்ணனுடன் குடியேறி, பொம்பளையா லெட்சனமாக் குடும்பம் நடத்தக் கோமுகி பணிக்கப்பட்டாள். ஆரம்பத்தில் சொந்த ஊரைவிட்டு வெளியேற முரண்டு பிடித்த கோமுகி முடிவில் உடன்படிக்கையை ஏற்றுக்கொண்டாள். மாதவனையும் மேகலையையும் அம்போவென

விட்டுவிட்டு கோமுகி தன் கணவனுடன் பக்கத்து மாகாணத்தின் தலைநகரில் குடியேற ஒட்டகத்தின் மீதமர்ந்து சகாரா பாலைவனத்தினூடாகப் பயணித்தாள். மாணிக்கப் பரல்கள் கொண்ட காற்சிலம்பு ஒட்டகத்தின் அசைவில் போகாதே போகாதே எனப் புலம்பியது. நம் வசதிக்காக அந்த மாகாணத்தின் தலைநகரத்திற்கு மதுரை எனப் பெயரிட்டு அழைக்கலாம். புறஞ்சேரியில் பால்காபி நிறத்தவர் அங்கொன்றும் இங்கொன்றுமாகவே தென்பட்டனர். பழுதுபடாத வெண்ணிறத்தவரின் ஆதிக்கம் அச்சத்தை விளைவிப்பதாக இருந்தது. நகரத்தில் நடக்கவே கண்ணன் பயந்தான். ஏற்கெனவே செய்திருந்த ஏற்பாட்டின்படி ஒரு வசதியான வீட்டில் குடியேறினர். மாலைவரை கணவனும் மனைவியும் மகிழ்ந்திருந்தனர். ஓராண்டிற்கும் மேலாகக் காய்ந்துக் கிடந்த கண்ணன் வீறுகொண்டெழுந்து கோமுகியைத் திக்குமுக்காடவைத்தான். மாலை வந்தது. மனைவி, கணவனை நகர்வலம் போய்வரலாம் என அழைத்தாள். அரைத்தூக்கத்தில் அசதியாக மல்லாந்து படுத்திருந்த கணவன் தன் மனைவியை நீ போய் வா என்ற மூன்று சொற்களால் அனுப்பிவைத்தான். ஓரசையால் அமைந்த இம்மூன்று சொற்கள்தாம் அவன் அவளிடம் பேசிய இறுதிச் சொற்கள் என்பதை அப்போது உணர்ந்திருக்கவில்லை.

அவள் வெளியேறினாள். புகார் ஒரு கடற்கரை நகரம். கிழக்கு எல்லை கடலால் முடிவுற்று மற்ற திசைகள் ஓர் எல்லைக்குள் வரையறுக்கப்பட்ட சிறு நகரம். மதுரை பரந்து விரிந்த பன்னாட்டு முனையப் பெருநகரம். கறுப்பு, வெள்ளை மற்றும் இவை இரண்டும் வெவ்வேறு விகிதங்களில் கலந்த நிறங்களில் அமைந்த மனிதர்கள் நிறைந்த நகரம். ஆனால், அதிகாரம் முழுவதும் வெள்ளை நிறத்தவரே கைக்கொண்ட நகரம். பன்னாட்டுப் பண்பாடுகளின் தலைநகரம். கோமுகியின் கண்கள் வியப்பில் விரிந்தன. மேகலை இந்நகரில் வளர்ந்தால் பல்வித அறிவும் கலைகளில் தேர்ச்சியும் பெற்று பெருவாழ்வு வாழ்வாள். மாதவனிடம் பேசி மகளைத் தன்னுடன் அழைத்துவர வேண்டும். முடிந்தால் அவனையும் தன்னுடனே அழைத்து, உடன் வைத்துக்கொள்ள வேண்டும். தனக்கு இவனும் வேண்டும் என கண்ணனிடம் திட்டவட்டமாகச் சொல்லிவிடவேண்டும். இருவருடன் பழகி ஒருவனுக்கு மாத்திரம் பிள்ளைப் பெற்றுக்கொண்டப் பிறகு, தனக்குப் பிள்ளைக் கொடுத்தவனிடமிருந்து பிள்ளையை மட்டும் பிடுங்கிக்கொண்டு அவனை நடுத்தெருவில் அம்போவென்று நிறுத்துவது அறமாகாது.

கோமுகி பலவாறாக யோசித்தபடி நகரின் மையத்தில் அமைந்த கேளிக்கைகள் நிறைந்த சதுக்கத்திற்கு வந்துவிட்டிருந்தாள். புகாரில் தானொரு முக்கியப் புள்ளி, இங்கு யாரோ ஒருத்தி. இரவு முதிர்கிறது, வீட்டுக்குத் திரும்பிவிடலாம் என்ற யோசனையின் குறுக்கே குதிரைகளில் அமர்ந்த வெள்ளை வீரர்கள் சிலர் அவளை வழிமறித்தனர். அவள் நடுநடுங்கிவிட்டாள். விசாரணை என்ற பெயரில் அவளை காவல் நிலையத்திற்கு அழைத்துச் சென்றனர். அந்த இரவு முழுவதும் நாற்பத்து மூன்று வெள்ளைக் கழுகுகள் அவளைக் கொத்திக் கிழித்தன. அதிகாலையில் அவள் வீட்டு வாசலில் குற்றுயிரும் கொலையுயிருமாகக் கோமுகியைப் போட்டுவிட்டுப் போனார்கள். நடந்ததைக் கண்ணனிடம் நைந்த வார்த்தைகளால் சொல்லியபடி கோமுகியின் உயிர்ப் பிரிந்து பார்வை நிலைக்குத்தியது.

கண்ணன் பிணத்தை நடுவீட்டில் கிடத்திவிட்டு காவல் நிலையத்திற்கு நீதி கேட்க ஓடினான். அவன் கோலம் கண்டு காவலர்கள் மருண்டு ஓடினர். உயர் பீடத்தில் அமர்ந்திருந்த மதுரை மாநகர காவல் ஆணையர் கண்ணனைக் கண்டதும் இடுப்பு வார்ப்பட்டையிலிருந்துத் துப்பாக்கியை எடுப்பதற்குள் அவன் தனது வேட்டியை அவிழ்த்து நீண்ட ஆண்குறியை கொட்டைகளோடு சேர்த்து வேரோடுப் பிடுங்கி ஆணையரின் மீசை முகத்தில் ஓங்கியெறிந்தான். குறியிலிருந்து குருதியோடு தீப்பிழம்புச் சிதறியது. பெரு வெடிப்பு. காவல் நிலையம் செங்கல் செங்கலாகச் சிதறியது. நகரமெங்கும் தொடர் பெருவெடிப்பு. கூட்டம் கூட்டமாகப் பதறி ஓடும் மக்களைப் பார்த்து கண்ணன் பேய்போலச் சிரித்தான். எரியும் அரண்மனை, வெடித்துச் சிதறிய ஆயுதக் கிடங்கு. எரிந்தபடி ஓடும் குதிரைகள், கட்டறுத்து ஓடும் மதம்பிடித்த ஆப்ரிக்க யானைகள், தானாக இயங்கும் பீரங்கிகள் மாடமாளிகைகளைத் தரைமட்டமாக்கின. திக்குகள் எட்டும் சிதறித் தக்கத் தீம்தரிகிட தீம்தரிகிட கொலைவாளினை எடடா மிகு கொடியோர் செயல் அறவே எரியுது எரியுது வெள்ளை இருட்டு விடியுது விடியுது கறுப்பு வெளிச்சம். எரியும் வீதிகளில் பேய்பிடித்து அம்மணமாக ஓடுகிறான். நகரத்துக்கு வெளியிலிருந்து பார்க்கிறான் கண்ணன், பெரும் தீ. மதுரை மொத்தமாக நின்று நிதானமாக எரிகிறது. ஆப்ரிக்க வானத்தில் கரும்புகை அடர்கிறது. மீன்கள் செத்து மிதக்கும் வைகையில் இறங்குகிறான்; கொதிக்கும் நீர்த் தழுவ கண்ணனின் அம்மணமும் எரிகிறது. தங்கம், அதற்குள்ளாகத்

தூங்குகிறாயா? மதுரையில் கோமுகிக்கு நேர்ந்த கதியையும் அவள் கணவனால் மதுரை மாநகருக்கு நேர்ந்த அழிவையும் கேள்விப்பட்ட மாதவன் தன் மகள் மேகலையைத் தூக்கிக்கொண்டு வடக்கேயுள்ள காஞ்சி மாநகருக்கு இடம்பெயர்ந்தான். அங்கு மகளோடு பௌத்த மார்க்கத்தைத் தழுவினான். கதை பிடித்திருக்கிறதா?'

"அம்பிகா, ஆண்மையின் அறம் பற்றிய, என்ன அழகான கதை இது. சிலப்பதிகாரத்தை ஞாபகப்படுத்தாமல் இதை ஒரு தனி கதையாகவே எழுதலாம். உனது நாட்குறிப்பை வாசித்திருக்கிறேன். அதில் உனக்கு நேர்ந்த நாகதோசத்தால் ஏற்பட்ட ஒதுக்குதல்கள் குறித்து எழுதியப் பகுதிகள் இலக்கியத் தரமானவை. இயற்கையிலேயே பெண்களுக்குக் கூந்தலில் மணம் உண்டா இல்லையா என்று எனக்குத் தெரியாது. ஆனால் உன்னைப் போல் அழகானப் பெண்களுக்கு இயற்கையிலேயே கலை, இலக்கியம் கைவரும். இதை நான் பார்த்துப் பழகிய அனுபவத்திலிருந்து சொல்கிறேன். அழகியப் பெண்கள் சுயபால் மோகிகளாக இருக்கிறார்கள். கடற்கரை மணலில் ஈரம் காயக் குப்புறக் கிடக்கும் இரண்டு பெண்களின் அபரிமித அம்மணம் சுயபால் கலவியைப் பொதுவெளியில் பிரகடணப்படுத்துவதாகவே இருக்கிறது. இது ஐரோப்பியப் பெண்களைப் பற்றிய என் எண்ணம். கண்ணகியும் மாதவியும் பிரெஞ்சுப் பின்னணியில் படைக்கப்பட்டிருந்தால் கதையே வேறு. ஓர் அற்பத்தனமான குடும்பக் கதை, அதிலும் இரு பெண்டாட்டிக்காரனின் சின்னவீடு பெரியவீடு பிரச்சினையைப் பேசும் பனுவல் செவ்விலக்கியமாகக் கொண்டாடப்படுகிறதா? அப்படியில்லை, கண்ணகி தன் முலையைத் திருகிப் பிய்த்தெறிந்து அத்தீயில் மதுரையை எரித்த பிறகுதான் அது ஒரு பெரும்படைப்பாக மாறுகிறது. எல்லாச் செவ்வியல் பேரிலக்கியங்களும் ஊழிப் பெருவெள்ளப் பெருந்தீயில் முடிகின்றன. சிலம்பிலும் அதுவே நிகழ்கிறது. தமிழ்ச் சமூகம் பெண்களின் காமத்தைக் கண்டு பயப்படுகிறது. இங்கு காமம் கொண்டாடப்படுவதில்லை. மூன்றாம் பெண்ணான மணிமேகலையைத் துறவியாக்கியது, பெருங்கொடுமை. கலை இலக்கியம் சமூக வழமையைப் பின்பற்றக்கூடாது; பனுவல்கள் சமூகத்தின் நகலெடுப்பு அல்ல; அவை மாற்றுவெளி மாற்று வாழ்க்கையை முன்மொழிய வேண்டும். இந்தச் சமூகத்தின் வன்முறை கலைப் படைப்பிலும் வெளிப்படவேண்டுமா? எல்லா கலைகளும் கொண்டாட்டத்திற்கே. சமூக நடப்பை அப்பட்டமாக

மறு ஆக்கம் செய்யும் பனுவல்கள் காலாவதியாகிவிடும். காதல் கொண்டாட்டங்களைக் காவியமாக்கடி அம்பிகா. கலையில் வன்முறை வேண்டாம். சமூகத்தில் இல்லாத காமத்தை அதன் கொண்டாட்டத்தை இலக்கியம் பேசவேண்டும். உன் சொந்தக் கதையான நாகதோசத்தைப் பற்றி எழுதாதே, அந்த நாகப் பாம்பைப் புணர்ந்தக் கதையை எழுது. நம் இருவரின் உறவு குறித்து எழுது; அது தமிழில் முதல் எழுத்தாக இருக்கும். தமிழ் இலக்கியங்கள் காமத்தைப் பேசுவதில்லை; அதிலும், பெண்ணின் காமத்தைப் பேச நாக்கு எழவில்லை. வா, என்னுடைய காமத்தை எழுது. பிரெஞ்சில் எழுதாதே, தமிழில் எழுது. தமிழ், அறம் பேசும் மொழி மட்டும் அல்ல, அது காமத்தையும் பேசும். தமிழச்சியின் வீரத்தைவிட காமம் வலுவானது. கருநாகனை இச்சிக்காதே, கருநாகத்தை இச்சித்து எழுது. அதிகாரத்தை எரிக்க முலையோ ஆண்குறியோ தேவையில்லை, காமத் தீ என்ற ஒன்றுண்டு. காமத்திலிருந்து விடுதலைக்கானத் தீயை ஏற்று. தீ எதற்குள்ளும் அடைபடாது.''

'செம்புலி அடிக்கடி சொல்வார், உன்னைப் பின்தொடர யாரையும் அனுமதிக்காதே என்று. தனித்து நிற்பதும் முன் பின் தொடர்பறுத்து நிற்பதும் உனது வாழ்நாளை அதிகரிக்கும் என்பார். கலை இலக்கியம் தத்துவம் யாவும் உன்னைக் கூட்டத்தில் ஒருவராய் அடையாளப்படுத்திவிடும். உன்னைச் சுற்றி நிற்கும் கூட்டம் உன்னை அரசியல்படுத்திவிடும். பிறகு, சொந்த முயற்சியில் உன்னைக் காலத்தில் நிலைப்படுத்தப் படைப்பாக்கங்களில் இறங்குவாய். அது கைக்கூடி வரவில்லை என்றால் கூலிக்கு ஆளமர்த்தி அரசர்களைப் போல கோயில் கட்டுவாய். வசதி போதவில்லை என்றால் இருப்பதைக் கொடுத்துப் புரவலர் என்ற பெயரெடுத்து புலவர்களைக் கொண்டு உன்னைப் பற்றி பாப் புனையப் பணிப்பாய். அம்பிகா, தனித்திரு. கூட்டம் சேர்க்காதே, கூட்டத்தில் சேராதே. நீராய் இரு; வடிவமற்று நிறமற்று திட திரவ வாயு நிலைகளில் உருமாறியபடி. நீ ஓடிச்சென்று சேறுமிடம் கடலாக இருக்கட்டும். கடலாகித் தனித்திரு, கடலாக விழித்திரு, கடலாகப் பசித்திரு. உனக்கு உன்னைத்தவிர யாருமில்லை எனச் சொல்வார். செம்புலியின் வார்த்தைகள் ஆயிரம் காலத்துப் பயிர். உனக்கு அந்தக் கிழவரைப் பற்றிய ஓர் உண்மையைச் சொல்கிறேன். உடம்புக்குதான் அழிவே தவிர உயிருக்கு அழிவில்லை என்பது நம் மரபில் அறியவருவது. கிழவரின் இருப்பை நிலைப்படுத்தும்

இன்றைய அவருடைய உடம்பு சொந்த உடம்பு அல்ல; மாறாக, காலந்தோறும் வெவ்வேறு உடம்புகளைத் தனது உயிருக்கு ஏற்ப மாற்றி மாற்றி அணிந்துகொள்கிறார். தான் அணிந்திருக்கும் உடம்பு தனது செயல் திறனை இழந்துவரும்போது வேறோர் உடம்புக்கு அவர் கூடுவிட்டுக் கூடு பாய்ந்துவிடுகிறார். அதனால்தான் அவரால் பல நூற்றாண்டுகளைக் கடந்தும் உயிர்த்திருக்க முடிகிறது. அவர் கூடுபாயும் கலையில் தேர்ச்சி பெற்றவர். தன் உயிரை உருக்கியெடுத்து வேறோர் உடம்பில் வார்க்கும் அக்கலையை எனக்குக் கற்றுத் தரும்படி பலமுறை கேட்டு அலுத்துவிட்டேன். விளையாட்டுக்காகப் பொய்யுரைத்தேன் மகளே எனச் சொல்லி பேச்சைத் தவிர்க்கிறார். ஒரே உடம்பில் வாழ்நாளெல்லாம் அடைபட்டிருப்பதில் வாழ்வனுபவம் குறுகிவிடும். பிறப்பு ஒருமுறைதான் வாய்க்கும். எனவே விதம்விதமான உடம்புகள் வழி வாழ்ந்து பார்க்கவேண்டும்; பெண்ணாக, ஆணாக, அலியாக, நடப்பவை, பறப்பவை, நீந்துபவை என ஐந்தறிவாக வாழ்ந்து பார்க்கவேண்டும். பாறைக்குள் தேரையாக சில பொழுது உள்ளடைந்து உறங்கவேண்டும். இது கற்பனையா? அப்படியெனில் எத்தனை மகத்தான கற்பனை இது. திருமூலரின் கதை இப்படிப்பட்டதுதான். உயிரோடு அறிவும் இடம்மாறும் அதிசயம்.

நல்லதங்கம், தனியொருவரின் வாழ்க்கை விதம்விதமான கதைகளாலானது. ஒவ்வொரு நாளும் ஒவ்வொரு கதை. விட்டு விடுதலையாவதில் இல்லை விடுதலை; அது அடைபடுவதிலும் இருக்கிறது. நான் முரணாகப் பேசுவதாகத் தோன்றும். பறத்தலில் இல்லை, அடைபடுவதிலும் விடுதலை இருக்கிறது. என் சொந்த உடம்பின் வழி இதை நான் அறிந்தேன். என்னை எல்லோரும் பாம்பாகப் பார்த்தார்கள். என் உடம்புக்குள் ஒரு பாம்பு கூடுவிட்டுக் கூடு பாய்ந்திருப்பதாகப் பார்த்தார்கள். நான் என் உடம்புக்குள் சிறை வைக்கப்பட்டேன். காலப்போக்கில் என் உடம்புக்குள் ஒரு பாம்பு நெளிவதை நானே உணர்ந்தேன். சிறை வைக்கப்பட்டிருப்பது நான் அல்ல அந்தப் பாம்பு என்பதை ஒரு கட்டத்தில் அறியவந்தேன். அந்தப் பாம்பு என் உடம்பை உடுத்தியிருக்கிறது. நல்லபாம்பு. சிரிக்காதே, உண்மையிலேயே அது நல்ல பாம்பு. இந்தச்சட்டையை, அதாவது இந்த உடம்பை அது உரிக்கமாட்டேன் என்கிறது. அந்தப் பாம்பு என் உடம்பு வழியே தன் இன விடுதலையைப் பேசுமா? கருநாகனோடு சேர்ந்து களப்பலியாகுமா? தெரியவில்லை. ஒன்று

மட்டும் தெரிகிறது; அந்தப் பாம்பு என்னுள் அடைபட்டிருப்பதில் பாதுகாப்பை உணர்கிறது. விடுதலைக்குப் பல பரிமாணங்கள் உண்டு. நின்னைச் சரணடைந்தேன் கண்ணம்மா என்கிறான் ஒரு கவி. சரணடைவதிலும் விடுதலை சித்திக்கும்.

தங்கம், உனக்கு மணி என்பவனைத் தெரியாது. கரையில் கிடந்த என்னை எடுத்து அலையில் விட்டவன். அவனை, வளர்த்த மாடு நெஞ்சில் பாய்ந்துக் கொன்றது. வளர்ப்பு விலங்குகள் வளர்த்தப் பாசத்தால் கொலையும் செய்யும். வீட்டு விலங்குகள் மனிதக் குணத்தைப் பாவிப்பது ஆபத்தானது என்பதற்கு அவனுடைய அகால மரணம் சாட்சியாகிறது. மணிக்கு என்மீது கொள்ளைப் பிரியம். கண்ணியம் பிசகாதக் காதலோடு என்னைப் பார்ப்பான். திருமணமானவன். இரண்டு குழந்தைகளுக்குத் தந்தை. ஆனாலும் விடலைத்தனத்துடன் அங்கும் இங்கும் எங்கும் சுற்றித் திரிபவன். தான் பெண்ணாகும் எத்தனிப்பில் பெண்களுடன் பெண்ணாக உழன்றவன். ஆண்மைக்குள் பெண்மை ஒளிர்ந்திருப்பதையே பேராண்மை என்கிறேன். பிறன்மனை நோக்காமையைப் பேராண்மை என்பது அபத்தம். நான் சொன்னக் கதையில் வரும் கண்ணனும் மாதவனும் பேராண்மையரே. கோமுகிக்காக நகரையே எரித்து ஊழிக்கூத்தாடியவனும், தனது களி பயக்கும் ஆடலையும் பாடலையும் விடுத்து புத்தம் சரணங் கச்சாமி சங்கம் சரணங் கச்சாமி தம்மம் சரணங் கச்சாமி என்று ஐந்தவித்தவனும் பேராண்மையரே. கருநாகனைப் பார்க்கப் பார்க்க மணியாகி என்முன் எழுந்து வருகிறான். சிரிக்காதே, கலவியறியாது நான் நெடுங்காலம் வாழ்ந்தவள். ஆனால் காதலில்லாமல் ஒருபோதும் வாழ்ந்ததில்லை. இரு கரம் கொண்டு என் தொடைகளை விரித்து என்னை இரண்டாகக் கிழித்து உள்ளே உறங்கும் பாம்பை எழுப்பிப் புணரும் ஆண் என்னை விடுதலைச் செய்வான். அந்த ஆண் கருநாகனாகவும் இருக்கலாம். அந்த விடுதலை நாகர்களின் விடுதலையாகவும் இருக்கலாம். என் உடம்பின் விடுதலை நாகரினத்தின் விடுதலையில் அடக்கம். தங்கம், பிரெஞ்சு ஒயின் அலுத்துவிட்டது, புதுச்சேரி சாராயம் அருந்தலாமா?'

"மறந்தேவிட்டேன். பிரான்சுக்கு இரண்டு பாட்டில் சாராயம் எடுத்துச் செல்லவேண்டும். இப்ராகிம், அவன்தான், அந்த அல்ஜீரியன் இந்தச் சாராயத்தின் சுவைக்குச் சுரோனிதத்தை ஒப்பிடுவான். அவனைப் பற்றி உனக்குச் சில தகவல்களைச்

சொல்கிறேன். அவன் எந்தவொரு கணித அளவீட்டுக்குள்ளும் அடங்கமாட்டான். வடிவவியல் ஒழுங்கு அவனுக்கு ஒத்துவராது. காலப் பிரக்ஞையற்றவன். மனச் சிக்கல் நம் எல்லோருக்கும் இருக்கிறது. அதன் விகிதாச்சார வித்தியாசம்தான் ஆளாளுக்கு வேறுபடும். அவனுக்கு உடம்பும் அதன் இயக்கமும் சிக்கலானது. விழிப்பிற்கும் உறக்கத்திற்குமான வேறுபாட்டை விளங்கிக்கொள்ளாதவன். விழித்திருக்கும்போது நடப்பதைப் புனைவாக்கிவிடுவான், உறங்கும்போது நிகழ்வதை எதார்தமாக்கி விடுவான். என்னைக் கனவில் சந்தித்ததையும் உறையாடியதையும் கணக்கில்கொண்டு நேரில் பார்க்கும்போது அங்கிருந்தே பேச்சைத் தொடங்குவான். தான் பிறந்த முதல் நாளில் தான் நூறு வயதில் இருந்ததாகவும் அன்றிலிருந்து ஆண்டுக்கு ஒன்று வீதம் குறைந்து இன்றுவரை இருபத்தியேழு ஆண்டுகளைக் கொன்று எழுபத்து மூன்றாம் அகவையில் உயிர்த்திருப்பதாகவும் சொல்கிறான். இது என்னக் குழப்பம் என்று கேட்டால் இதைத் தனது குடும்ப வழக்கம் என்கிறான். வேடிக்கையான மனிதன். நீ கூடுவிட்டுக் கூடுபாயும் கற்பிதத்தை உண்மையென்று நம்புவதைப் போல அவனுக்குத் தனது முற்பிறவிகளில் வாழ்ந்த வரலாறை கால வரிசைக் கிரமமாகச் சொல்லும் ஆற்றல் உண்டு. செம்புலி தான் ஆயிரமாண்டுகளாய் வாழ்ந்துவருவதை கால வரிசையோடு விவரிப்பதைப் போல, இவன் இன்றிலிருந்துத் தொடங்கி, காலத்தில் பின்னோக்கிச் சென்று இறந்ததையும் பிறந்ததையும் மறுபடி இறந்ததையும் பிறந்ததையும் தொடர்ச்சியாக நினைவுகூர்ந்து கி. பி. முதல் நூற்றாண்டில் தான் பிறந்ததையும் இயேசு கிறித்துவோடு ஓடிப்பிடித்து விளையாடியதையும் நினைவுகூர்வான். இதைச் சிரிக்காமல் சொல்வான் நாமும் சிரிக்காமல் உண்ணிப்பாகக் கேட்கவேண்டும். ஸொர்போன் பல்கலையின் இயற்பியல் துறையின் நட்சத்திர மாணவன். மாங்கொட்டை முகம் அதற்குக் காலிப்பூ சிகையமைப்பு. அவனோர் இஸ்லாமியன் என்றாலும் சுன்னத் செய்துகொள்ளாதவன். முதல்முறை பார்த்துவிட்டுக் காரணம் கேட்டேன்; அதற்கு அவன், எனக்கும் ஆல்பெர்ட் ஐன்ஸ்டீனுக்குமுள்ள ஒரே வித்தியாசம் அவர் குறி சுன்னத் செய்யப்பட்டது, என்னுடையது செய்யப்படாதது என்றான். நான் உடனே குபீரெனச் சிரித்துவிட்டேன். அடுத்த கணம் சமாளித்துக்கொண்டேன். அவன் உர்ரென்று வெட்டுக்கிளி முகத்தைத் திருப்பிக்கொண்டான். மூன்று ஆண்டுகளாக அவனுடன் பழகிவருகிறேன் இதுநாள்வரை சிரித்துப் பார்த்ததில்லை.

செயற்கையாக அப்படி இருப்பதில்லை, அவனது இயல்பே அப்படித்தான். பாலைவன நிறத்தில் இருப்பான். எந்நேரமும் அறிவின் விழிப்போடு இருப்பவன். இயல்வெளியில் புவியீர்ப்பு விசையைப் போல மனிதவுடம்பில் யோனிக்கான ஈர்ப்பு விசை நம்மைச் சுற்றி நிகழ்கிறது. நிரந்தரமான புவியீர்ப்பு விசையைப் போன்ற ஒரு விசை ஆர்கசம் நிகழும்போது யோனி மையத்திலிருந்து சில கணங்கள் வெளிப்படுகிறது எனச் சொல்கிறான். பூமியிலுள்ள உயிரினங்களில் முற்றிலும் மாறுபட்ட உடம்பமைப்பும் மூளைச் செயலும் கொண்ட உயிரினம் மனிதயினம். அது இந்தக் கிரகத்திற்கு உரியது அல்ல. அது பூமிக்கு வெளியிலிருந்து வந்திருக்க வேண்டும். பூமியில் பிற உயிரினங்களுக்கு மனிதர் ஒரு வேற்றுக்கிரகவாசிதான். பூமியிலுள்ள ஐந்தறிவு உயிரினங்களை மேல் கீழாய் அடுக்கும்போது குரங்கு இனங்களை அதன் உச்சியில் வைக்கிறது இந்துப் புராணம். பூமியில் தோன்றிய உயிரினங்களில் அறிவில் முதல் நிலையைப் பெறுவது குரங்கு வகைகளே. அதற்கு அடுத்துள்ள நாம் வெளியிலிருந்து வந்தவர்கள். பூமிக்கு மனிதர்கள் வேற்றுக் கிரகத்திலிருந்து அகதிகளாகக் குடியேறியவர்கள். இங்கு வந்த பிறகுதான் நாம் நிறங்களாய் வேறுபட்டோம். முதன்முதலில் பூமிக்குள் நுழைந்தபோது மனிதர் அனைவரும் என்னைப்போல் பாலைவன நிறத்திலேயே இருந்தனர். தங்கம், நீ ஆதியிலே தாமிர நிறத்தில் இருந்தாய் என என்னைச் சொல்கிறான். சென்ற ஆண்டு நம்மூர் சாராயத்தைக் குடித்துவிட்டு மனித ஆணும் பெண்ணும் இரு வேறு கிரகங்களிலிருந்து பூமிக்குக் குடியேறியவர்கள். யானையில், குரங்கில் ஆண் பெண் இருப்பதைப் போல மனிதரில் ஒரே உயிர்க் குடும்பத்திலிருந்து ஆணும் பெண்ணும் உருவாகவில்லை. உனக்கும் எனக்கும் இடையே இரண்டு கிரகங்களுக்கு இடையிலான இடைவெளி என்றைக்கும் உள்ளபடியே இருக்கும். பூமிக்கு முதலில் நீதான் வந்தாய். உனக்குப் பிறகு உன் யோனி ஈர்ப்பில் பூமிக்கு நான் இழுக்கப்பட்டேன். என் சொந்தக் கிரகத்துப் பெண்களுக்கு யோனி என்ற உறுப்பு இல்லை. அவர்களை வாய் வழியே உறவுகொண்டு கருத்தரிக்க வைத்தோம். கருத்தரித்தப் பெண்கள் குழந்தைகளை வாயால் கக்கினார்கள். ஆண்களுடன் பூமிக்கு வந்த பெண்கள் இங்குள்ள தட்ப வெப்ப நிலையில் கருத்தரிக்கும் சாத்தியம் அற்றுப்போய் மலடிகளாக நிற்க, நாங்கள் உங்களை நாடினோம். அதற்கு உங்களுடன் வந்திருந்த உங்கள் கிரகத்து ஆண்கள் எதிர்ப்புத் தெரிவிக்க, இரு கிரகத்து ஆண்களுக்கிடையே போர் மூண்டது. அதுதான் உயிரியல் வரலாற்றில் முதல் உலகப்போர். அதில்

உங்கள் கிரகத்து ஆண்கள் முற்றாக அழித்தொழிக்கப்பட்டனர். நாங்கள் உங்களை அடிமைகொண்டோம். உங்களுக்கும் எங்களுக்கும் அன்று தொடங்கியப் பிரச்சினை இன்றுவரை முடிவுக்கு வரவில்லை. நேற்று ஸொர்போனுக்கு வந்த சிமோன் தெ பொவ்வா இதைப் பற்றித்தான் மூன்று மணி நேரம் உரை நிகழ்த்தினார். ஆனால், பிரச்சினையின் மூலத்தை அவர் தொடவில்லை. அது அவருக்குத் தெரியாது. இங்குப் பேசப்படுவன யாவும் வெற்றுச் சீர்த்திருத்தவாதமே அல்லாமல் மூல தத்துவம் அல்ல. அதற்கு ஐரோப்பிய அறிவுஜீவிகள் ஸ்பெயின் வழியேச் சென்று பாலைவனத்தைக் கடந்து இந்தியாவுக்குள் நுழையவேண்டும். அங்கு குமரிவரைச் சென்று தீபகற்பத்தின் முனையைத் தொடவேண்டும். தங்கம் உன்னுடன் அடுத்தமுறை நானும் இந்தியாவுக்கு வருகிறேன் என்று இப்ராகிம் விடியும்வரை பேசிக்கொண்டே இருப்பான். எவ்வளவு குடித்தாலும் பாறை மீது பெய்த, இல்லை இல்லை மாங்கொட்டை மீது பெய்த மழை போல எந்தவொரு தடுமாற்றமுமின்றி இருப்பான். அடுத்தமுறை அவனை அழைத்து வருகிறேன். இடையில் நீ பாரிசுக்கு வரும்போது அவனை உனக்கு அறிமுகப்படுத்துகிறேன்.''

'கூட்டம் கூட்டமாக இங்கிருந்து அங்கு போகிறார்கள், அங்கிருந்து இங்கு வருகிறார்கள். அறம் செறிந்த ஒரு சொல்லையோ, அறிவுடைய ஒரு சொல்லையோ கொண்டுவருவதில்லை, கொண்டுபோவது மில்லை. இந்தியப் பிரதமர் நேரு சொல்லிவிட்டுப் போனார், நம்மூரைப் பிரெஞ்சுக் கலாச்சாரத்தின் ஜன்னல் என்று. இது புகழுரை அல்ல, பொய்யுரை. எங்களுக்கு ஜன்னல் வேண்டாம், திறந்த வாசல் வேண்டும். குட்டிக் குட்டி கரீபியத் தீவுகளைப் போலத் தனித்து இயங்கவேண்டும். இது சாத்தியமில்லை என்றாலும் தமிழ்ப் புதுவை விடுதலைப் பாம்புகள் முன்வைக்கும் கோரிக்கைகள் பொருளுடையவை. இதுவொரு சபிக்கப்பட்ட களர் நிலம், இதில் புல் முளைத்தாலும் நல்ல புதல்வர் முளைக்கமாட்டார் என மண்ணின் கவி ஒருவர் சொல்கிறார். கருநாகனை அணுக பயமாக இருக்கிறது. நான் பொருளற்ற சூன்யத்திலிருந்து வெளிவந்து சில ஆண்டுகளைத்தான் கடந்திருக்கிறேன். நான் நெடுந்தூரம் செல்லவேண்டும். நான் போகும் இடத்திற்கானப் பாதை எனது சுவடுகளால் உருவாகவேண்டும். நாக அரசியல் மீண்டும் என்னை சூன்யத்திற்குள் தள்ளிவிடும். பிரெஞ்சுக்காரனிடமிருந்து அதிகாரம் இந்தியப் பேரரசிடம் கைமாறிவிட்டது. தேசபக்திப் பாடல்களால்

மனச்சோர்வுக்கு ஆளாகிறேன். கருநாகனைப் போன்ற சிலர் ஒவ்வொரு காலக்கட்டத்திலும் உருவாகி வருவார்கள். குண்டடிபட்டுச் சாவார்கள். பெரும்பான்மையான ருசியக் கம்யூனிஸ்டுகள் கொல்லப்பட்டது ஸ்டாலினால் என்பதை எப்படி நியாயப்படுத்துவது? எல்லா தேசத்திலும் எல்லா நிறத்திலும் பக்திப் பாடலைச் சேர்ந்திசைக்கும்போது அது பாசிசமாகிவிடுகிறது. எதிரில் நின்று பார்க்கும்போது புரட்சியாளர்களும் பாசிஸ்டுகள்தாம். தங்கம், புரட்சி என்பதில் எனக்கு நம்பிக்கையில்லை. அதிலும் இந்தியா என்ற சாதிய அமைப்பில் அது சாத்தியமில்லை. என் வாழ்க்கையைப் பொருள் பொதிந்ததாக மாற்றுவதில் எனக்கு அக்கறை இல்லை. வலியற்ற வாழ்க்கைதான் பொருளுடைய வாழ்க்கை. வலியைத் தரும் எல்லாமே பாசிசம்தான். இப்ராகிமின் வலியைப் பற்றி நாம் அக்கறை கொள்வதில்லை. உன்னையும் அவனையும் எது இணைக்கிறது? நீங்கள் பிரான்சின் காலனிய மனிதர்கள். உங்களுக்கிடையில் நிலவும் இந்த அந்யோன்யம் காலனிய அரசியலால் விளைந்தது. அவனுடைய தாமிரத் தோலும் உன்னுடைய இளங்கருமைத் தோலும் ஸொர்போனில் உலவுவது, இந்தக் காலனிய அடையாளத்தில்தான். நாம் பிரான்சின் குடியுரிமைப் பெற்ற அகதிகள். பிரெஞ்சுக் குடியுரிமையோடு இங்கு வாழ்வது கௌரவத்துக்குரியது. என்னவொரு கேவலம். இதில் தமிழ்ப் புதுவை விடுதலைப் பாம்புகள் யார்? இவர்கள் எங்கிருந்து வந்தார்கள்? உனக்குத் தெரியுமா, அந்தப் பாம்புகள் முட்டைக்குள் இருந்தபோதே பற்கள் பிடுங்கப்பட்டவை. இந்த விடுதலைப் பாம்புகள் இந்தியப் பேரரசை எதிர்க்க ஆள் திரட்டுவது சிறுபிள்ளைத்தனமானது. இவர்கள் கண்ணுக்குப் புலனாகாத சிறுபான்மையினர். இன்று சொல்கிறேன், குறித்துக்கொள், நாம் இருக்கமாட்டோம், அடுத்த நூற்றாண்டின் நவீன விஞ்ஞானத் தொழில்நுட்பம்தான் கண்ணுக்குப் புலனாகாத இந்தியச் சமூகத்தினரை விடுதலைச் செய்யும். விடுதலையும் அடக்குமுறையும் வரலாற்றில் நிரந்தரமில்லை. இயங்கியல் பொருண்மைவாதம் எந்தவொன்றையும் நிரந்தரமென்று அறுதியிடுவதில்லை. சோவியத் யூனியன் என்ற அமைப்பு இன்னுமொரு கால் நூற்றாண்டில் காலாவதியாகிவிடும். இதை வெளியில் போய் சொன்னால் உள்ளூர் தோழர்கள் என்னை உதைப்பார்கள், ஆனால், மார்க்சும் எங்கல்சும் ஆமோதிப்பார்கள். இயங்கியல் பேசும் கம்யூனிசம் எதிர் இயங்கியல்வாதிகளை வளர்த்தெடுக்கிறது. மாற்றம் ஒன்றே மாறாதது என ஊருக்கு

உபதேசித்துவிட்டு மாற்றம் வந்தால் முட்டுக்கட்டைப் போடுகிறார்கள். இங்கு உருவான மதமே இந்தியாவின் மூலாதாரமாக உள்ளது. இந்தியர் ஒருவரின் உடம்பு இந்தியாவைத் தாண்டிப் போகலாம், ஆனால் அவருடைய மனம் இந்து மதத்தைத் தாண்டிப் போவதில்லை. இங்கு நாத்திகர்கூட மனத்தளவில் இந்துக்களாகவே இருக்கிறார்கள். மதத்திற்கும் கடவுளுக்கும் சம்பந்தமில்லை. மதம் என்பதைத் தாண்டிய பிறிதோர் அரசியல் அமைப்பு இதுவரை உலகில் உருவாகவில்லை. அனைத்திலிருந்து வெளியேறுவதும், அனைத்திற்குள்ளாக ஊடுருவுவதும் மட்டுமல்ல இனியான அரசியல்; அது விலகி நிற்பதிலும் வேடிக்கைப் பார்ப்பதிலும் இருக்கிறது. இலட்சியவாதம்தான் பாசிச மனப்போக்கைக் கட்டமைக்கிறது. பாசிச மனப்பாங்கை அறுத்து மைத்ரி என்ற மனநிலையைப் பாசாங்குச் செய்வதே எனது அரசியல். புத்தனாம் போதிசத்துவன் ஒரு மதவாதி அல்லன், அவனே இயங்கியல் பொருண்மையை முன்மொழியும் தேர்ந்த அரசியல் ஞானி. சாது சாது சாது.'

"என் தங்கையைப் பற்றி உனக்குச் சொல்லியிருக்கிறேன், வெர்ழினி தெ லா மேர். இம்முறை என்னுடன் பிரான்சுக்கு வருகிறாள். அவளுக்கு ஸொர்போனில் இடம் கிடைத்திருக்கிறது. அவளைத் தனியாகக் குடியமர்த்த வேண்டும். இல்லையென்றால் என்னுடன் சேர்ந்துப் பாழாகிவிட்டாளென்று அம்மா என்னைச் சபிப்பாள். பிரெஞ்சுக்காரர்களே வியக்கும் வண்ணம் பேசும் திறமை பெற்றவள். இங்குள்ள வெள்ளைக்காரப் பையன்கள் அவளுடைய மொழி ஆளுமையில் வாயடைந்து அவளையேச் சுற்றிச் சுற்றி வருவதை நான் அறிவேன். அவள் காரைக்காலிலேயே இருந்திருந்தால் வீணாகியிருப்பாள். இங்கு வந்து சித்தி வீட்டில் தங்கி வளர்ந்ததால்தான் இந்தப் படிப்பும் அழகும். பிரெஞ்சு மொழி அரிசனர்களை அழகானவர்களாக மாற்றிவிட்டது. பிரெஞ்சு தேசம் இழிசனர்களை சாதியடுக்கில் கோபுர உச்சியில் உட்கார வைத்துவிட்டது. அம்பிகா, மனுஸ்மிருதியிலிருந்து நாங்கள் வெளியேறியது போல் இந்தியாவில் வேறெங்கும் நிகழ்ந்துள்ளதா? எங்கள் சாதியினர் எல்லோரும் பிரெஞ்சுக்காரன் முதுகிலேறி வெளியேறி இருக்கவேண்டும். வெளியேறியவர் தப்பித்தோம். மற்றவர் இன்னும் கடவுளின் மக்கள்தாம். இந்தியாவில் பொதுமனிதர் என்று யாருமிலர், எல்லோருமே சாதியர்தாம். ஆகவே பொதுக்கடவுள் என்று ஒன்றுமில்லை, சாதிக்கு ஒரு

சாமி இருக்கிறது. ஏன் என் பேச்சு சாதிக்குள் நுழைந்தது? நிற வேற்றுமையைவிட சாதி வேற்றுமை கொடியது எனச் சொல்லும் வெர்ழினி, உனது பாதை பூமியில் இல்லை வானத்தில் இருக்கிறது. எனவே கீழே பார்த்து நடக்காதே, மேலே பார்த்து நட எனச் சொல்கிறாள். வானவில்லின் ஏழு நிறங்களில் மனிதர் இருந்தால் இந்த உலகம் எவ்வளவு அழகாக இருக்கும். பல வண்ண மீன்கள், பல வண்ணப் பறவைகள், பாம்புகளில் எத்தனை நிறங்கள், மனிதரில் அப்படி இல்லையே. பொதுவாக, கால்நடைகளில் பல வண்ண நிறங்களில் வாழும் மாடுகளோ யானைகளோ இல்லையே. பச்சை நிறக் குதிரைமேல் பச்சை நிற மங்கை அம்மணமாகச் சவாரி செய்தால் பார்ப்பதற்கு எப்படியிருக்கும். நீல நிறக் குழந்தை எனக்குப் பிறந்தால் நான் கடவுளை ஈன்றவள் ஆவேனே. உடுத்தும் ஆடைகளைப் போல உடம்பில் பல வண்ணத் தோல்களில் மனிதரை மாற்றியமைக்க வேண்டும்; வானவில்லின் ஏழு அடிப்படை நிறங்களில். மூடர்களே நிற வேற்றுமை என்பது இதுதான் என உறக்கக் கத்தவேண்டும். வெர்ழினி இதைப் பிரெஞ் சில் பேச நீ பார்க்கவேண்டும். உதடுகளிலிருந்து பல வண்ணச் சொற்கள் சிதறும். பூக்களில் இத்தனை நிறங்களா என வியப்பதைப் போல சொற்களில் இத்தனை வண்ணங்களா என மலைப்பாய். பூனைகளில் பல நிறங்களையும் பாம்புகளில் பல வண்ணங்களையும் நம் மொழியில் கவியொருவன் பட்டியலிடுகிறான். நான் கேட்பது ஏழு அடிப்படை நிறங்கள். நான்கு வர்ணத்தில் என்ன, ஏழு வர்ணங்களில் மனிதரைப் பிரிக்கிறாள், என் தங்கை. அவளொரு நிறப்பிரிகை. அவள் ஸொர்போனைக் கலங்கடிக்கப்போகிறாள்.''

'தங்கம், உன் தங்கையைக் கடைசிவரை எனக்கு அறிமுகம் செய்யவில்லை. சரி, பாரிசில் வைத்து அவளை அறிமுகம் செய்துகொள்கிறேன். குட்டி தேவதையாக இருந்தால் அவளை என் மகளாகவும் குட்டிப் பிசாசாகவிருந்தால் அவளை என் தாயாகவும் உள்வாங்கிக்கொள்கிறேன். தாய்க்கும் மகளுக்கும் பெரிய வித்தியாசம் இல்லை. தாயின் யோனி வழியே நான் வந்தேன், என் யோனி வழியே மகள் வருவாள். ஆம், குழந்தைப் பெற்றுக்கொள்ள என் மனம் கொஞ்சக் காலமாய் அவாவுகிறது. எனக்கென்று ஓர் உறவு எனது உடம்பிலிருந்து உருவாகி வரவேண்டும். தனியொரு தாயாகிப் பெறவேண்டும். என் மகளுக்குத் தந்தை வேண்டாம். அதற்கு நான் பிரான்சில்தான் என் மகளைப் படைக்க சகப் படைப்பாளியைத் தேடவேண்டும். தங்கம், அந்தப் படைப்பாளி

ஏன் இப்ராகிம்மாக இருக்கக்கூடாது? ஐன்ஸ்டீனுக்கும் தனக்குமான வித்தியாசத்தை சிறு முனைத் தோலைக்கொண்டு விளக்கியப் பாங்கு என்னைக் கவர்ந்துவிட்டது. அறிவின் பெருவிழிப்பு, பைத்திய நிலைக்குக் கொண்டுசென்று ஆணொருவனைப் பெண்ணாக்கிவிடுகிறது. இப்ராகிம் அதன் முழு வடிவமாகி நிற்கிறான். நீ அனுமதித்தால் அவனைக் கலந்து என்னில் விதைத்துக்கொள்வேன். பழங்கலைப் பொருள் போல ஒரு மகள். அராபியக் கலை நேர்த்தியுடன் தூயத் தமிழ் உள்ளடக்கத்தோடு ஒரு மகள். யாதும் ஊரே யாவரும் கேளிர். பிறப்பொக்கும் எல்லா உயிர்க்கும். சொல் தங்கமே சொல். ஒரு விதை ஒரு கோடி மரம். என் உயிர்த் தொடர்ச்சி. நாடற்ற மொழியற்ற அவனுக்கும் ஓர் இனத்தொடர்ச்சி. திராவிடர் நாட்டிலொரு மேற்குத் தொடர்ச்சி மலை போல் பூமியில் நிலைப்பெற வேண்டுமடி தங்கமே தங்கம்.'

"மேற்குத் தொடர்ச்சி மலையிலுள்ள குரங்கு முதல் வண்ணத்துப்பூச்சி வரை காலாகாலத்துக்குமாக அவற்றிக்கோர் உயிர்த்தொடர்ச்சி உண்டு. அல்ஜீரிய மாங்கொட்டையைத் தமிழ் நிலத்தில் விதைத்தால் முளைக்காதா என்ன? உன் பிள்ளைக்கும் என் பிள்ளைக்கும் ஒரே தகப்பன். தெரு நாய் ஒன்று ஊர் நாய்கள் எல்லாவற்றிற்கும் அப்பன் என ஒரு சொலவடை உண்டு. முறைக்காதே. பெண் பிறந்தால் பூமிக்குப் புதிய அடிமை வந்திருக்கிறது என்றும் ஆண் பிறந்தால் பூமிக்குப் புதிய எசமானர் வந்திருக்கிறார் என்றும் உலக மொழிகளில் ஒரு வழக்குண்டு. இப்ராகிம்மை உன்னால் ஒருநாள்கூடத் தாங்கமுடியாது. நான் வாரம் ஒருமுறை சந்திப்பேன். ஒரு மணி நேரத்திற்குமேல் தாங்காது. அவன் என்னை விலகிய அடுத்த கணம் கைக்கடிகார முட்கள் பழையபடி தம் வழியில் சுழலும். அவன் காலம் தப்பிப் பிறந்தவன். இதை அவன் அறிந்திருப்பதுதான் பிரச்சினை.

இப்ராகிம் தனக்கென்று ஒரு கடவுளையும் அதற்கென்று ஒரு வேதத்தையும் அதன் வழி சில நடைமுறைகளையும் உருவாக்கி வகுத்திருக்கிறான். ஒரு புதிய மதத்தை வடிவமைத்திருக்கிறான். ஒரு நபர் வாழும் தீவைப்போல் ஒரு நபர் வாழும் மதம். நீ முதலில் அவனுடைய மதத்தைத் தழுவியப் பிறகு ஓராண்டு கழித்துத் தன்னைத் தழுவ அனுமதிப்பான். பாலைவன நிறத்தில் இருக்கும் அவனுடம்பின் தோல் புணர்ச்சியில் விந்து வெளிப்பட்ட பிறகு சில நிமிடங்களுக்கு இளம் பச்சை நிறமாக மாறிவிடும்.

இதைப்பற்றி அவனிடம் கேட்டால், ஆதியில் தாவர உண்ணியாக இருந்தபோது மனித இனம் பச்சை நிறத்தில் இருந்தது. அது படிப்படியாக மாமிசவுண்ணியாக மாறியபோது நிறம் திரிந்து தட்பவெப்ப நிலைகளுக்கேற்ப மாறியது எனச் சொல்கிறான். அவனை நம்பினால் அவன் படைத்தக் கடவுள் பச்சை நிறத்தில் நம் கண்களுக்குப் புலனாகும். உலக மதங்களெல்லாம் மனிதரைக் கடவுள் படைத்ததாகக் கூற, இவன் உருவாக்கிய மதம் கடவுளைத் தனியொருவர் படைத்ததாகக் கூறுகிறது. அந்தத் தனியொருவர் நீயா என அவனைக் கேட்டேன். அதற்கு அவன், இது அற்பத்தனமானக் கேள்வி, யாராலும் எந்தவொன்றையும் படைக்க முடியாது. புதிது புதிதாகக் கண்டுபிடிக்கத்தான் இயலும். இதில் கடவுள் என்பது ஒருவித பாவனை. தனியொருவரின் உடம்புக்கு வெளியே கடவுள் இல்லை. அது எங்கும் எதிலும் இருப்பது அன்று, அது தனியொருவரின் உடம்புக்குள் உறைவது. உன் மதத்துக்குப் பெயர் என்ன என்று கேட்டேன், அதற்கு அவன், ஒரு சொல்லுக்குள் அடங்குவதில்லை. வாழ்க்கை என்ற ஒரு சொல்லுக்குள் உனது இருப்பு அடங்குவதைப் போல அது அடங்காது. பெயரிட்டு அழைப்பதற்கு அது ஒரு மார்க்கம் அல்ல, அது ஓர் அனுபவம். மொழியற்ற இடத்தில் உன்னை நிறுத்தும் அனுபவம். மொழியற்ற மனத்தை ஒரு கணத்திற்கும் மேலாக நீட்டித்துச் செல்லும்போது உனக்குச் சித்தம் கலங்கி பைத்தியம் பிடிக்கும். அதற்குப் பெயரிடமுடியாது எனச் சொல்கிறான். இப்படிப் பேசும் ஒருவன் மூலம் உனக்குப் பிள்ளைப் பெற்றுக்கொள்ளப் போகிறாயா? அவனுக்குப் பதிலாகக் கருநாகனை முயற்சி செய், திருவினையாக்கும்."

'பாவம், நாகனை ஏன் வம்புக்கு இழுக்கிறாய். அவனோர் இலட்சியவாதி. கனவுகளை முட்டையிட்டு அடைக்காத்துக் குஞ்சு பொரிப்பவன். முதலில் அவன் என்னை ஒரு பெண்ணாகப் பார்க்க வேண்டும். பிறகு, தனது இலக்கையடையக் கூடவரும் சகப் போராளியாகப் பார்க்க வேண்டும். நாளையே புரட்சியை எதிர்கொள்ளப்போகும் அவசரத்தில் யாரையோ எதிர்பார்த்து ஓர் உத்தரவுக்காகக் காத்திருப்பதைப் போலவே தோற்றமுறுகிறான். அவனை எதிர்கொள்ளும்போது மரியாதை நிமித்தம் வணக்கம் தெரிவிப்பதைத் தவிர்த்துப் பகிர்ந்துகொள்ள வேறெதுவுமில்லை. இப்ராகிம்முடன் ஒரு மணி நேரத்திற்குமேல் தாங்காது என்கிறாய். இவனுடன் எனக்கு ஒரு நாளைக்குமேல் தாங்காது. நான் மிகவும்

பலகீனமானவள். கடவுளும் சாத்தானும் புணர்ந்து என்னைப் பெற்றார்கள். இருவரும் ஆண் பெண் பேதமற்றவர்கள். புணர்ச்சி என்பது ஒரு வினையல்ல, அதுவோர் எண்ணம். இருவரும் எதிரெதிர் அமர்ந்து பரமபதம் ஆடுகிறார்கள். இருவருக்குமிடையே தாயக்கட்டைகள் உருள்கின்றன. அவற்றை ஆண் பெண் குறிகளெனக் கொண்டுக்கூட்டிப் பொருள்கொள்வது அறிவீனம். குறிகளற்ற இருவரின் கைகளில் குறிகள் உருள்கின்றன எனச் சொல்வது மடமை. நான் பிறப்புக்கும் இறப்புக்கும் நடுவே உருளும் ஒற்றை தாயக்கட்டை.

தாய் தந்தை என்ற ஆக்கப்பூர்வ உறவு எனக்கில்லை. என் முதல் பல் விழுந்தபோது அம்மா இறந்துவிட்டாள். அப்பா என்னைத் தாயாகி நின்று வளர்த்தார். நான் அவருடைய வித்துக்குப் பிறந்தவள் அல்லள் என்ற உண்மையை இறப்பிற்கு முற்கணம் அவரிடம் அம்மா சொல்லிவிட்டுச் செத்தாள். அப்பாவின் வறிய முகத்தில் தோன்றிய எளிய புன்னகையைப் பார்த்துக் கைக்கூப்பிக் கும்பிட்ட பிறகே அம்மாவின் உயிர்ப் பிரிந்தது. அந்த இறுதிக் கணம் அம்மா அப்பா இருவரின் முகங்களையும் மாறிமாறிப் பார்த்தபடி நானிருந்தது மங்கலாக நினைவில் நிழலாடுகிறது. என் அப்பா உத்தமப் பிராமணன். என்னை மகளே என வாரியணைத்து வானை நோக்கித் தூக்கியதும் நினைவிலுள்ளது. ஆனால் இவையாவும் ஒலியற்றக் காட்சிப்படம் போலத்தான் அன்றையப் புரிதல் இருந்தது. அப்பா உருவமற்ற லிங்கத்தைத் தொட்டு முழுக்கிட்டுப் பூசைச்செய்பவர். அவர் வழிபடும் ஈசனைப் பிறர் வழிபட வழிநடத்துபவர். கடவுளைத் தீண்டுவதைப் போலத்தான் எல்லோரையும் தொட்டுப் பழகுவார். வீட்டு முற்றத்தில் சிறிய கல் பிள்ளையார் சிலையொன்றை வைத்து வழிபடுவார். தினமும் ஒரு செம்பருத்திப் பூவை அதன் முன் வைப்பார். தனியாக இருக்கும்போது சுற்றுத் தூணொன்றில் சாய்ந்துக் கால்களை நீட்டியமர்ந்து பிள்ளையாருடன் பேசிக்கொண்டிருப்பார். கண் கலங்கப் பேசுவார். சில சமயம் சிறு முறுவலுடன் பேசிக்கொண்டிருப்பார். அவர் சினந்துப் பேசி நான் பார்த்ததில்லை. கடவுளிடமே கோபிக்கத் தெரியாதவர் சக மனிதரிடம் எப்படிக் கோபிப்பார்? கடவுளிடம் எந்தவொரு கோரிக்கையையும் முன்வைத்ததில்லை. உண்பதற்கு ஏதுமின்றி பசியோடிருக்கும்போது வெறுமனே பிள்ளையாரை வெறித்தபடி இருப்பார். குட்டிப் பிள்ளையார் உயிர்ப்பெற்று முட்டிப்போட்டுத் தவழ்ந்துவந்து அப்பாவின் மடியில் அமர்ந்து கன்னங்களில் வழியும்

கண்ணீரைத் துதிக்கையால் துடைக்கும். பார்க்கத் தாத்தாவும் பேரனும் போல இருக்கும். ஆம், பலமுறை அப்பாவின் மடியில் மம்முக் கொழுக்கட்டை போல உட்கார்ந்திருக்கும் பிள்ளையாரைப் பார்த்திருக்கிறேன். தூக்கிக் கொஞ்சவேண்டும் போல ஆசையாக இருக்கும். அப்பா வீட்டைவிட்டுத் தொலைந்துபோன அன்று, பேரனைத் தூக்கிக்கொண்டு எங்கோ சென்றுவிட்டார். தங்கம், கடவுளை வணங்குவதைவிட அதனுடன் வாழப் பழகிக்கொள்ள வேண்டும். என் அப்பாவை நான் இழந்துவிட்டேன். அவர் அருகம் புல்லைப் போல, ஒரு முழ எருக்கம் மாலையைப் போல, ஒரு பிடி ஆற்றுக் களிமண் போல மிகமிக எளிமையானக் கடவுள், என் அப்பா. எனக்கு என் அப்பா வேண்டும். திருநீறு கமழும் வாசனையோடு என் அப்பா எனக்கு வேண்டும்.

நான் அப்பாவால் ஆனவள்; அம்மா எனக்கு இரண்டாம் பட்சம். இது உயிரியல் கூற்று அல்ல, அறவியல் கூற்று. அம்மா என்ற படிமம் போலியானது. அப்பா என்ற படிமம்தான் அறவலிமை கொண்டது. ஓர் ஆணால் பெண்ணாக முடியும்; ஆனால், ஒரு பெண்ணால் ஆணாக முடியாது. என் அப்பா தாயுமானவர். இவரைப் போன்ற எளிய மனிதர்கள் வாழ வழிசெய்ய வேண்டும். வல்லாதிக்கக் குணமற்ற எளிய சீவன்களால் நிலைப்பெற்றதே இந்த உலகம். ஆர்ப்பாட்டமானக் கோயில்களும் அவற்றில் உயிர்க்கொண்டக் கடவுள்களும் நிறைந்த நிலத்தில், மக்களால் கைவிடப்பட்டு உருச்சிதைந்த இரும்பைக் கோயிலைத் தேடிப்போனார். அப்பாவைப் போலவே இடிவிழுந்து மூளியானக் கடவுள் ஒவ்வொரு நாளும் இவரை எதிர்பார்த்து ஏங்கிக்கிடக்கும். குதிரை வண்டிக்கோ மாட்டுவண்டிக்கோ பணமிருந்தால்தான் இங்கிருந்து அந்தக் கிராமத்திற்குப் போவார். வண்டிச் சத்தத்திற்கான பணம் புரட்டுவதிலேயே வாரநாட்களில் குறியாயிருப்பார். ஊனமுற்ற ஈசன், ஊனமுற்ற பூசாரி, ஊனமுற்ற நான், வீட்டில் தவழும் கைப்பிள்ளையார். இந்நாட்டில் கடவுளை நம்பியவர் மட்டுமல்லர், அந்தக் கடவுளே சில ஊர்களில் வறுமைக் கோட்டிற்குக் கீழேதான் உயிர்வாழ்கிறது. என் அப்பா உழைத்து இரும்பை ஈசனுக்கே சோறுபோட்டார். இங்கு சாவு, கருமாதி போன்ற காரியச் சடங்குகள் செய்து கிடைக்கும் பணத்தில் கோயிலுக்குப் போக வண்டிச் சத்தம், அங்கு இறைவனுக்கு விளக்கேற்ற எண்ணெய், திரி, தீப்பெட்டி, திருநீறு முதலான அபிசேகப் பொருட்கள் என ஒவ்வொன்றாக வாங்கிச் சேகரிப்பார். இறைவனுக்காக யாரிடமும் இனாம் கேட்டுக்

கைநீட்டமாட்டார். எப்பொழுதும் கன்ன எலும்புகள் துருத்திய முகத்தில் அழுகையைத் தேக்கிவைத்திருப்பார். ஊதினால் அணை உடைந்துவிடும். ஒற்றை நாடி உடம்பும் கோழி மார்பும் இரண்டு முன் பற்களுக்கு இடைவெளிச் சந்தில் இன்னொரு தனிப்பல்லைக் கொண்டுப் பொருத்தலாம். கைமாறிக் கைமாறி வந்த அம்மா, அத்தை உடுத்தியப் பரம்பரை தரித்திரப் பட்டு எனக்கு உதவின.

மணி எனக்கு உதவினான். அவனை வைத்திருந்த ஒரு வெள்ளைக்கார அரைக்கிழவியிடம் என்னை அறிமுகம் செய்துவைத்தான். அவளை நான் மதாம் பொவாரி என்ற பெயரில்தான் ஞாபகம் வைத்திருக்கிறேன். அவள் மூலமாகத்தான் இந்த மாளிகையின் முன்னாள் உரிமையாளர் மூாக் பெர்னார் அறிமுகமானார். அந்தக் கிழவர், வெந்த தோசையைத் திருப்பிப் போடுவதைப் போல கணப் பொழுதில் என்னைத் திருப்பிப் போட்டார். இன்று இந்த மாளிகைக்கு நான் உரிமையாளர். தொடக்கத்தில் முடிவெடுப்பதில் நான் சொதப்பினேன். எனவே, கைப்பிடியில் இருந்த பெர்னாரைப் பறக்கவிட்டுவிட்டுப் பிறகு அவரைத் தேடி பிரான்சுக்குச் சென்றேன். வழிச்செலவுக்கு வாழ்ந்த வீட்டை விற்றேன். அதற்காக அப்பா என் பாதையிலிருந்து ஒதுங்கி வழிவிட்டு நின்றார். ஒருநாள் இரும்பைக் குளத்தில் பிள்ளையாரோடு இறங்கியவர் மீண்டும் படியேறி மேலே வரவேயில்லை. அப்ரக்காதப்ரா. Maintenant je suis la reine seul dans mon rôyaume. J'ai perdue ma verginité et gangné ma vie royale. La vie si courte comme le cièl dans mes yeux. தங்கம், என் அப்பாவைக் கொன்றேன். அவர் மீண்டும் என் வயிற்றில் மகளாக உதிப்பார். ஆம், அப்பிறவியில் அவர் பெண்மையில் பரிபூரணன் ஆவார். நான் குழந்தைப் பெற்றுக்கொள்ளப் போகிறேன். போதையில் என் நாக்குக் குழறலாம்; ஆனால் உள்ளக் கிடக்கைக் குழறாது. பிரான்சுக்கு உன்னுடன் நானும் வருகிறேன். அங்கு என் மகளுக்கான அப்பாவைத் தேடப்போகிறேன்.'

‘‘உன் மகளை யாரென்று முடிவுசெய்தப் பிறகு, அவளுக்கான தந்தை யார் என்பதை முடிவுசெய்யப் போகிறாய், அல்லவா. அதையே மாற்றிச் சொல்லிப் பார்க்கிறேன்; தன் மகனை யாரென்று முடிவுசெய்தப் பிறகு அவனுக்கான தாய் யார் என்பதை முடிவுசெய்யப் போகிறான் இப்ராகிம். உனக்கு ஒத்துவரக்கூடிய எளிய ஏற்பாட்டைச் சொல்கிறேன்; அவனுக்கு ஒரு மகனைப்

பெற்றுக் கொடுத்துவிட்டு உனக்கு ஒரு மகளைப் பெற்று எடுத்துக்கொண்டு வந்துவிடு. கொடுக்கல் வாங்கல் வழிமுறை. அம்பிகா, இன்றிரவுத் தூங்கி எழுந்ததும் எனது தொடைகளின் நடுவே குஞ்சு முளைத்திருந்தால் எப்படி இருக்கும்? நமக்கானக் குழந்தைகளை யாருடைய தயவுமின்றி நாமே பெற்றுக்கொள்ளலாம் அல்லவா. பெண்ணை ஒதுக்கிவிட்டு ஆணோ, ஆணை ஒதுக்கிவிட்டுப் பெண்ணோ இனப் பெருக்கத்தைப் பற்றிச் சிந்திப்பது மூடத்தனம். ஆணும் பெண்ணும் சேர்ந்துப் புணர்ந்துப் பிள்ளைப் பெற்றுக்கொள்ளும்வரை ஐந்தறிவு உயிரினமாய் தங்களைப் பாவித்து இருந்துவிட்டு, பிள்ளைப் பெற்றதும் ஆறறிவு உயிரினமாய் தங்களை பாவிக்கத் தொடங்கவேண்டும்.

பெண்ணியம் பேசும் பெண்கள் நெற்றியில் குஞ்சு முளைத்தவர்கள் என்ற சொலவடை ஸொர்போன் வட்டாரத்துச் சொல்லாடலில் உண்டு. இப்ராகிம் சொல்வதைப் போல ஆணும் பெண்ணும் இருவேறு கோள்களிலிருந்து பூமிக்கு இடம்பெயர்ந்தவர்கள். முதுகுக்குப் பின்னே கத்தியை ஒளித்து வைத்துக்கொண்டு பழகுகிறார்கள். பகுத்தறிவு இந்த முரணை அதிகப்படுத்தியுள்ளது. நாம் பகுத்தறிவு பயங்கரவாதிகள்."

'ஆம், பயந்தாங்கொல்லி பயங்கரவாதிகள். உலக உயிரினங்களில் மனிதரே முதலிடத்தை வகிக்கும் பயந்தாங்கொல்லி. எலியைக் கொல்ல விதம்விதமானக் கொலைப் பொறிகளை உலகச் சமூகம் உருவாக்கிக்கொண்டிருக்கிறது. கில்லெட்டினுக்கு நிகரான எலிப் பொறிகளை நான் பார்த்திருக்கிறேன். அன்பு இல்லாத உலகில் பயம் நீக்கமற நிறைந்திருக்கிறது. அன்பே சிவம் என்பது சாதாரண சொற்களில்லை. அவை, தமிழ் அறிவில் ஊறி முளைத்த விதைகள். இங்கு நாத்திகத்தின் பயங்கரவாதத்தைச் சகிக்க முடியவில்லை. நாத்திகம் என்பது அரசியல் இல்லை, அது அறிவியல் என்பதை தமிழ்க் கடவுள் முருகன் வந்து ஔவைக்கு விளக்கியதைப் போல சுட்டப் பழம் வேண்டுமா சுடாதப் பழம் வேண்டுமா என விளக்கவேண்டும்.'

"ஆரிய மேலாதிக்கத்தின் மட்டையடி விவாதம் அறிவியல் பூர்வமானதா? இங்கு கடவுள் மறுப்பு என்பது பண்பாட்டு அரசியல் மேலாதிக்கத்தை மறுப்பது. மேலை நாத்திகமும் இந்திய நாத்திகமும் வேறுவேறு. இந்தியா என்பது பிரம்மனின்

உடம்பு. அந்த உடம்புக்கு வெளியே மண்ணின் மக்கள் நிறுத்தப்பட்டிருக்கிறோம். பஞ்சமர்க்கு பிரம்மனின் உடம்புக்குள் இடமில்லை. மனுஸ்மிருதியே இந்தியாவின் பயங்கரவாதம். மனுவே இந்தியாவின் முதல் பயங்கரவாதி. பிரம்மனைக் கொல்வதிலிருந்துதான் இந்திய நவீனத்துவம், தத்துவம் மற்றும் அரசியல் தளங்களில் உருப்பெறுகிறது. ஒற்றைக் கொலையில் எங்களுக்கான ஒட்டுமொத்த விடுதலையும் அடங்கியிருக்கிறது. அது பிரம்மனைக் கொல்வது. பிரம்மன் கடவுள் இல்லை; ஆரிய ஏகாதிபத்தியத்தின் அரசியல்வாதி. அன்பே சிவம் என்பது திருமூலனின் மானுட மந்திரம். அதுவே தமிழர் அறம். ஆரியத்தில் அன்புக்கு இடமில்லை. உன்னிடமுள்ள இரண்டு பழங்களில் சுட்டது எதுவோ சுடாதது எதுவோ நான் அறியேன். அவை கைகளுக்குள் அடங்காத புகையற்ற கங்குகள்.''

'சுடுவது உண்மையானது. சமைக்கப்படுவதே சுடும். ஆம், உண்மை பழம்போல சுயம்புவானது அல்ல, அது சமைக்கப்படுவது. காய், பழமாவது போல முதுமை இயற்கையானது. இந்த உடம்பில் நேர்வதெல்லாம், மரணம் உட்பட எல்லாம் செயற்கையானது. இயற்கையும் செயற்கையும் முகத்தின் இரு கண்கள். உண்மை, செயற்கையானது. வலிந்து செயல்படுத்துவது, வருந்திக் கடைபிடிப்பது. பொய்மை இயற்கையானது, ஒளிவு மறைவற்ற வெளிப்படையானது. பலகீனமானவற்றின் ஆயுளை நீட்டிப்பது. ஆத்திகருக்கும் தெரியும், கடவுள் பொய்யானதென்று. புத்தன் கடவுளை ஏற்பதில்லை. அதற்குப் பதிலீடாய் மைத்ரி என்ற பேரன்புப் பெருங்கருணையை முன்வைக்கிறான். இறுதியில் மைத்ரியை ஒரு பாவனை என்று நிராகரிக்கிறான். புத்தன் எங்கும் எதிலும் சலுகை காட்டுவதில்லை. புத்தனுக்குத் தெரியும், இந்தியச் செம்மொழிகளில் மைத்ரி என்ற பெயரில் கொலைகாரர்களும் உலவக்கூடுமென்று. தங்கம், உன்னைவிட மிக நேர்த்தியாக என்னைக் கொல்லக்கூடிய பேரன்பாளர் யார்?'

''நான் கொலைகாரி இல்லை; உன்னைத் தின்னும் மோகக்காரி. உன்னை இச்சிப்பது, சாவைத் தரும் என்பதை அறிந்தும் இந்தச் சாராயத்தைப் பருகுவதைப் போன்றது. பற்றற்றிருப்பது எனக்குச் சாத்தியமற்றது. சூன்யம் உட்பட எல்லாவற்றையும் பாவனை என அறுதியிடும் பௌத்தம் தன்னை முழுமுதற் பாவனை எனச் சொல்லி முற்றாய் நிராகரிக்கவில்லையே ஏன்? சங்கம் என்பதும் அதிகாரத்தை

இச்சித்து அதன் மீது கட்டப்பட்ட போலி அமைப்புத்தானே? நம்மை நாமே ஏமாற்றிக்கொள்ள ஏன் இத்தனை வலி? இரண்டு உலகப் போர்களின் பிணங்கள் மீது நின்றுகொண்டு, பண்பட்ட மனிதம் பற்றிப் பேசுவது அபத்தத்தின் உச்சம். என்னை இயல்பாக இருக்கவிடுங்கள். தன் வாழ்நாளில் யாரொருவரையும் கைநீட்டி அடிக்காமல், அடிவாங்காமல் வாழ்ந்து முடியவேண்டும். எளிய ஆசைகளோடு இயன்றவரை வலியில்லாமல் வாழவேண்டும். கொல்லாமை எனும் உயரிய அறம், புலால் உண்ணாமை என எளிமைப் படுத்தப்பட்ட அபத்தங்களிலிருந்தும், அவை உண்டாக்கும் மனஅழுத்தங் களிலிருந்தும் விட்டு விடுதலையாகிச் சிட்டுக் குருவியைப் போல அனைத்து அடைப்புகளிலிருந்தும் விடுபடவேண்டும். தாய் மடியை முட்டிப் பால் குடிக்கும் கன்றைப் போல அம்பிகா உன்னை நான் அணையவேண்டும். ஒற்றை அரிசியைச் செதுக்கி புத்தனை வடிப்பதும், தனித்த குன்றைச் செதுக்கி புத்தனை ஆக்கும் வன்செயல்களிலிருந்தும் ததாகதரை விட்டு விடுதலையாகிப் பறந்துபோக அனுமதியுங்கள். இதுவே எனது வேண்டுதல். அம்பிகா, இத்தனைப் பெரிய உலகத்தில் இத்தனைச் சிறிய உன்னை எனக்குக் காட்டிக்கொடுத்த விதியின் கரங்களில் என்னை ஒப்படைக்கிறேன். சாது. சாது. சாது."

'அழாதே, என் ஆருயிர் மகளே அழாதே. இன்றிலிருந்து நீயே என் மகள். என் தாய் என்னைத் தன் மடியில் கிடத்தி என் முகம் அள்ளிக் கொஞ்சியது ஞாபகத்தில் உள்ளது; 'உன்னை என்னில் விதைத்த அந்தப் பாம்பை அணிந்தப் பரமன் நீடூழி வாழ்க' என்று தன்னைக் கருவுறுத்தியவனை, வானத்தைப் பார்த்து வாழ்த்தினாள். அதே போல உன் முகம் அள்ளிச் சொல்கிறேன், இத்தனைப் பெரிய உலகத்தில் இத்தனைச் சிறிய உன்னை எனக்குக் காட்டிக்கொடுத்த ஆதியும் அந்தமுமில்லாகாலத்தின், அந்த ஒற்றைக்கணத்திற்கு நன்றி. மகளே, இக்கணம் முதல் நான் தாயாகின்றேன். ஆம், என்னைத் தாயாக சில காலம் பாவிக்கப்போகிறேன். தாய்மையடையாமல் செத்துப்போவது பெரும்பாவம் என உயிரியல் அறம் வலியுறுத்துகிறது. சமூகத்திற்குப் பெண்ணின் ஒரே பங்களிப்பு, ஈன்று புறந்தறுதல் என்று இன அரசியல் சொல்கிறது. உன்னை என் மகளாக சட்டரீதியாகத் தத்தெடுக்கப் போகிறேன். எனக்குப் பிறகு இந்த மாளிகை உனக்குத்தான். நான் செத்தால் எனக்கு நீ கொள்ளியிடு. நான் பிறந்ததில்தான் குளறுபடி நேர்ந்துவிட்டது, சாவு கௌரவமானதாக இருக்கட்டும். நீ என் மகள். நான் என்றுமே

உணர்ந்திராத பாதுகாப்பை இப்போது உணர்கிறேன். உன்னைவிட பத்து வயது மூத்தவளான எனக்கு நாகதோசமென்று கதை சொல்லப்பட்டது. நாம் இருவரும் இணைந்து மகாபாரதத்தில் இல்லாத ஒரு கதையை வாழ்ந்து பார்ப்போம். எழுதியதை வாழ்ந்து பார்ப்பது இதிகாசம். வாழ்ந்ததை எழுதிப்பார்ப்பது இலக்கியம். வாழ்ந்தபடியே எழுதிப்பார்ப்பதை எப்படி அழைப்பது? நாட்குறிப்புகள் எனச் சொல்லாதே. வாழ்க்கைக்குப் பெயரிடுவதில் புதிய இலக்கிய வகைமை உண்டாகிறது. நாம் புதிய வாழ்க்கையை எழுதிப்பார்ப்போம். வியாசன் எழுதாதது. இது மகாகாவியம் அல்ல, ஒரு சிற்றிலக்கியம். என்ன சொல்கிறாய்? பாம்பாட்டியின் புரட்சிப் படையில் என்னைச் சேரச் சொல்கிறாயா? இதுவும் ஒரு புரட்சிதான் மகளே. மைக்ரோ ரெவல்யூஷன். சொப்பு வைத்து விளையாடும் குழந்தைகள் கூட்டாஞ்சோறு சமைப்பதைப் போல இரு நபர் புரட்சி. தங்கம், ஓர் உயிருள்ள வாழ்க்கையை வாழ்ந்து பார்க்கவேண்டும்.'

"அம்பிகா, எனக்கு நீ தாயாவதும் உனக்கு நான் மகளாவதும் கவிதையியல் நிகழ்வு. எல்லோரும் வாழ்ந்து முடிக்கும் அதேப் பாதையில் சென்று குருடாக முடிவதில் பொருள் பொதிந்த புதிய தேடல் எதுவுமில்லை. முழுக்க முழுக்க பெண்களாலான மாற்றுச் சமூக அமைப்பை நாமிருவரும் முன்னின்று உருவாக்கலாமே. ஓர் அகில உலகப் பெண்களின் பண்பாட்டு அரசியல் ஆன்மீக அமைப்பு. இன, தேசிய, மத அடையாளங்களற்ற புதியதொரு கம்யூன் வாழ்க்கை முறை. பெண்களுக்கான ஒரு பிடி சொந்த நிலத்தில் தனி அதிகாரம் கொண்ட நாடு. உலகில் பெண்களுக்கான முதல் நாடு. ஐக்கிய நாடுகள் சபையால் வாடிக்கன் போல தனி நாடாய் அங்கீகரிக்கப்பட்ட சிறிய நிலப்பரப்பு. தற்சமயம் பாரிசை தலைமை இடமாகக்கொண்டு பிரச்சாரத்தை மேற்கொண்டால் பத்து ஆண்டுகளில் புதுச்சேரிக்கு வெளியே வங்கக் கடலோரம் ஒரு பெண்களின் தேசத்தை நிறுவிவிடலாம். பொந்திஷேரி என்ற ஒரு பிடி நிலத்தைத் தனி நாடாக பிரெஞ்சுக்காரன் ஆக்கி ஆண்டது போல, சிறு நிலத்தை விலைகொடுத்து வாங்கி, பிறகு கொஞ்சம் கொஞ்சமாக சுற்றியுள்ள கிராமங்களை நம் அமைப்போடு சேர்த்து, புதுச்சேரி போல பிரான்ஸ் நாட்டின் ஒத்துழைப்போடு சுயாட்சிப் பகுதியைநிர்மானிப்போம். பெண்களாலானஒருநாடு. எந்தநாட்டுப் பெண்ணும் இந்த நாட்டின் குடியுரிமை பெற்றுக் குடியேறலாம். பெண் குழந்தையோடு ஒற்றைத் தாய்மார்கள் குடியேறலாம். இந்த

நாட்டின் வாழ்க்கையில் சலிப்படைந்துவிட்டால் குடியுரிமையை சட்டப்படி விலக்கிவிட்டு வெளியேறலாம். சொந்த மத வழக்கம், குடும்பம், தனிச்சொத்து இவை பேணப்படலாகாது. வாடிக்கனுக்கு உள்ள ஐ.நா.வின் சட்டத்திட்டங்களை இந்த நாட்டிற்கும் நடைமுறைப்படுத்த வேண்டும். மூன்றாம் உலகப் போர் மூண்டால் நம் நாட்டின் மீது யாரும் குண்டுபோடமாட்டார்கள். நாளை முதல் இதற்கான பணிகளைத் தொடங்கவேண்டும். முதலில் நாட்டிற்குப் பெயர் வைக்கவேண்டும். தேசியக் கொடியொன்றை வடிவமைக்கவேண்டும். நம் நாட்டுக் குடிமகள்களில் எவளாவது கவிதை எழுதுவாள்; அவளிடம் சொல்லி நாட்டுப்பண் எழுதித்தரச் சொல்லலாம். இதை கடைசியாக வைத்துக்கொள்ளலாம். முதலில் நாட்டுக்கானப் பெயரைச் சொல், அம்பிகா.''

'மூடர் நாடு'

''இது தந்தையர் நாடல்ல, அன்னையர் நாடு. பெண்பால் பெயராகச் சொல்.''

'நடு இரவைக் கடந்துகொண்டிருக்கிறோம். குடித்தது போதும். நாளை காரைக்காலுக்குப் போகப்போகிறாய். போய்த் தூங்கு. நான் என் அப்பாவைப் பற்றிய எண்ணங்களில் உழன்றுகொண்டிருக்கிறேன். அவரைப் பற்றி நினைத்தால் ஏறிய போதை இறங்கிவிடும். மண்டைக்குள் நடுயிரவில் வெயிலடிக்கும். செல்லக்குட்டி, போய்த் தூங்கு.'

''என்னை தூங்கச் சொல்லாதே. இமைகள் தாமே கீழிறங்கும்வரை குடித்துக்கொண்டிருப்பேன். மனிதச் சமூகம் படைத்த ஆகச்சிறந்த நீராகாரம், இந்தச் சாராயம். அந்த மாங்கொட்டை மூஞ்சிப் பயல் இந்த மதுவையும் வேற்றுக்கிரகவாசிகள் பூமிக்குக் கையோடு கொண்டுவந்தது எனச் சொன்னாலும் சொல்வான். அவனை எனக்கு ஏனோ மிகவும் பிடித்துவிட்டது. அவனும் என்னைப் போலவே பின்காலனிய நாட்டிலிருந்து வருவதாலா. அவனுடன் பழகுவது ஒரு நாவலை வாசிப்பதைப் போல இருக்கிறது. கதைக் கதையாகச் சொல்கிறான், அதில் உண்மை எது, கற்பனை எது என என்னால் பகுக்க முடியவில்லை.

அவன் அல்ஜீரியப் பாலைவனப் பழங்குடியைச் சார்ந்தவன். அவனுடைய அம்மா சிறுமியாக இருந்தபோது ஊருக்கு வெளியே

வெட்டவெளியில் சிறுநீர் கழித்து, அந்த ஈர மணலைக் குவித்து உருண்டை பிடித்து, அதில் சிறு கற்களால் கண், மூக்கு, வாய், காது வைத்து ஓர் உருவம் செய்து அதனிடம் வேண்டுதல் செய்வாளாம். சுட்டெரிக்கும் வெயிலில் அந்த மணல் குவியலின் ஈரம் காய்ந்துப் பொலப்பொலவென்று உதிர்ந்துவிடுமாம். அவளை அண்டிய கெட்ட ஆவிகளால் விளைந்த வறுமை விட்டு விலகிவிடுமாம். உருவம் காய்ந்து உதிர்ந்து மீண்டும் மணலோடு மணலாகும்போது அவள் வேண்டுதலை முடிப்பாளாம். இப்படியானப் புனைவுகளை மூட்டை மூட்டையாக மண்டைக்குள் குவித்து வைத்திருக்கிறான். மேலும், தன் அம்மாவை ஒத்த சிறுமிகளிடம் இப்பழக்கம் சகாராவில் பரவலாக இருந்ததாம். சிறுமிகள் செய்த ஈரமும் அவர்களின் வேண்டுதல்களும் காலகாலமாகப் பாலையில் ஊறி ஒரு நாள் எரியும் நீராக ஊற்றெடுத்ததாம். அமெரிக்க, ஐரோப்பிய வெள்ளையர்கள் எங்கள் அன்னையரின் சிறுநீரைத்தான் குடித்துக் கொழுக்கிறார்கள் என அக்கதைக்குள் பெட்ரோலிய அரசியல் பேசுகிறான். இப்ராகிம், நீல மீன் கண்கள், மரங்கொத்திப் பறவை போல மூக்கு, நாய்க்குடை போல் தலைமுடி, குரங்கு போல் ஒட்டியக் கன்னங்கள், சாணி தெளித்துக் கோலமிட வசதியான பரந்த நெற்றி. இந்நேரம் என்ன செய்து கொண்டிருப்பான்? நிச்சயமாகப் படித்துக்கொண்டிருப்பான். நீ நாவல்களைப் படிப்பதைப் போல அவன் இயற்பியல் நூல்களைப் படிக்கிறான்."

'என்னைச் சுற்றி உலவும் உயிர்ப்புள்ள மனிதர்களை நாவல்களி லிருந்துதான் தெரிவு செய்கிறேன். இரும்பைக் கோயிலும் செம்புலியும் வெறும் கற்பனையா எனத் தோன்றுகிறது. நான் மாலை நேரங்களில் கடற்கரைச் சாலையில் உலவும்போது, வாசித்த கதாபாத்திரங்களை எதிர்கொள்கிறேன். அவர்களும் என்னைப் பார்த்ததும் சட்டென்று ஞாபகம் வரப்பெற்று பரிச்சயப் புன்னகை பூக்கிறார்கள். அப்படியானவர்களை பயமின்றி அணுகலாம். அவர்களின் குணநலன்கள் ஏற்கெனவே தெரிந்திருப்பதால் அதற்குத் தக பார்த்துப் பழகலாம். நான் காயம்படாமல் அவர்களுடன் கைக்குலுக்கி நகர்ந்துகொள்கிறேன். புதியவர்களை அறிமுகமாகிப் பழக பயமாக இருக்கிறது. ஏன் இன்னும் உயிரோடு இருக்கிறாய்? இந்தக் கேள்வியை எதிர்கொள்வதைத் தவிர்க்கவே தனிமையால் என்னை மூடிக்கொள்கிறேன். தனித்திருப்பதில் பாதுகாப்பை உணர்கிறேன். சொந்தங்களையும் எனது மொழியைப் பேசுபவர்களையும் தவிர்க்கிறேன். நான் பிறந்து வளர்ந்த

நாட்டைத் தவிர்க்கிறேன். அந்நிய தேசத்தில் அந்நிய மொழியில் புழங்கும்போது பதட்டமில்லாதப் பரவசத்தை அடைகிறேன். நாளை நீ இருக்கமாட்டாய். மீண்டும் பேசுவதற்கு யாருமற்றுப் போவேன். ஒரே இடத்தில் ஒரே செயலைச் செய்துகொண்டு ஒரே மொழியில் பேசிக்கொண்டு ஒடுங்கிப்போவேன். சேலை கட்டியப் பெண்களைப் பார்க்கப் பீதியுண்டாகிறது. இந்தப் பண்பாட்டில் பெண்களிடம் எனக்குப் பாதுகாப்பில்லை. சொற்களால் ஆளைக் கொல்லும் வித்தையைக் கற்றவர்கள். பயணத்திலேயே இருந்தால் பாதுகாப்பும் பரவசமும் ஒருங்கேக் கூடியமைகிறது. நீயும் நானும் ஏதேதோ பேசிக்கொண்டிருக்கிறோம். வெடித்துச் சிரிக்கிறோம். இது இப்படியே தொடர்ந்தால், விடியும்போது இருவரில் ஒருவர் பிணமாகக் கிடப்போம். ஆம், வரலாற்றில், ஜெயராணியும் கலைராணியும் தங்களுக்கென்று வேறு யாருமற்றவர்கள். முடிவில், ஒருத்தி இன்னொருத்தியை நகங்களால் குத்திக் கொன்றாள். செத்தவள் பாம்பாகி வந்து தனித்து மீந்தவளைக் கொத்திக் கொன்றாள். ஞாபகமிருக்கிறதா, செம்புலி உன்னையும் என்னையும் தம் மருமகள்களைப் பார்ப்பது போல இருப்பதாகச் சொன்னார். தம் மருமகள்களை ஜெயராணி, கலைராணி என்ற அந்த வரலாற்று நாயகிகளோடு உருவகித்தார். இரண்டு பெண்கள் ஒன்றாகி நின்றால் உலகத்தில் விபரீதங்கள் நிகழுமாம். ஒரே புற்றில் இரண்டு பாம்புகள் இருக்கலாகாது என்பார்கள். இந்த அழகில், பெண்களின் கம்யூன், பெண்களின் தேசம், ஐ. நா. அங்கீகாரம் என அமர்க்களமாகப் பேசுகிறாய். தங்கம், மார்க்ஸ், எங்கல்ஸ் இருவரும் பெண்களாக இருந்திருந்தால் கம்யூனிசம் உருப்பெற்றி ருக்காது.'

"ஏன் பெண்களைக் கண்டு அஞ்சுகிறாய்?"

'நான் எதுவாக இருக்கிறேனோ அதை வெறுக்கிறேன். சில ஆண்டுகளுக்கு முன்புவரை என்னுலகம் பெண்களால் நிறைந்திருந்தது. சேலைக் கட்டியப் பெண்கள். மஞ்சள், குங்குமம், வெள்ளிக்கிழமை, பாம்புப் புற்று. பாம்புகளை வழிபட்டு நானே பாம்பானேன். பாம்பைப் பெண்ணுக்கான தெய்வமாய் வரித்தது யார்? பாம்பாட்டிகள் வட்டக் கூடையில் கொண்டுவரும் பாம்புகளைத்தான் பார்த்திருக்கிறேன். புற்றிலிருந்து வெளிவரும் பாம்பை இதுநாள்வரை பார்த்ததில்லை. இரும்பைக் கருவறையில் ஒரு பாம்பு அடைந்திருப்பதாகச் சொல்கிறார்கள்; இதுநாள்வரை

அதைப் பார்த்ததில்லை. பெண்ணும் பாம்பும் ஒன்று என்கிறார்கள். என்னைப் பொருத்தவரை என் சொந்தங்கள் என்னைப் பாம்பாகத்தான் பார்த்தார்கள். உண்மையைச் சொல்கிறேன், என்னைப் பாம்பாகக் கண்டு ஒதுக்கியதாலும் ஒதுங்கியதாலும் நான் தனித்துவிடப்பட்டேன். நகர மைய நூலகம் எனக்கானப் புற்று என்றானது. வாசிப்பு என்னை விடுதலை செய்தது. என் வழியில் நேர் நின்று யாரும் என்னைக் குறுக்கிடவில்லை. பாம்பு வேடம் என்னைக் காத்தது. பாம்புக்கு நன்றி சொல்வேன். சேலைக் கட்டிய இரண்டு கால் பாம்புகள் என்னை முதுகுக்குப் பின்னே விரட்டி விரட்டித் துரத்தின. வேட்டி கட்டியக் கீரிப்பிள்ளைகள் என்னைக் கண்டு அசடுவழிந்தன. என்னை வட்டக் கூடைக்குள் வைத்து மூடப் பார்த்தார்கள். பாம்பை வெளியில் விடுவது குலக்கேடு என்றனர். முகத்துக்கு நேரே என்னை எதிர்கொள்ள யாரொருவருக்கும் தைரியமில்லை. நான் கன்னி கழியாதவள் என்பதில் என்னைவிட அவர்கள் நம்பிக்கையோடிருந்தனர். எட்டடி நீளம்கொண்ட தாய்ப்பாம்புக்கு பதினாறு அடி நீளக் குட்டிப் பாம்பு என்று ஏளனம் செய்தனர். என் தாய் ஒழுக்கம் கெட்டவள் என்று என்னிடம் குத்திக் காட்டுவதில் கொள்ளை மகிழ்ச்சியடைந்தனர். நான் என்ன செய்யவேண்டும் என்று எனக்கும் தெரியவில்லை அவர்களுக்கும் தெரியவில்லை. என் தந்தை செத்தாரா இல்லை தொலைந்தாரா என்ற நிலையில், சாதிச் சூழலிலிருந்து வெளியேறினேன். சாதிச் சம்பிரதாயச் சுமைகளின்றிப் பறந்தேன். புதுச்சேரியில் வேர்களையும் பாரிசில் கிளைகளையும் பரப்பினேன். யாருமற்று இருப்பதின் சுகம் இதுவரை அனுபவித்திராதது. தங்கம், என் குலப் பெண்கள் என்னைக் கொல்லப் பார்த்தார்கள். எனதழகு அவர்களைப் பொறாமைகொள்ளச் செய்தது. நான் புத்தகம் படிப்பது அவர்களுக்கு மனப் புழுக்கத்தைக் கொடுத்தது. வெள்ளைக்கார மாது ஒருத்தி என்னைத் தேடி வீட்டுக்கு வந்துபோவதில் தெரு புகைந்தது. பெரும் பணக்காரப் பிரெஞ்சுக் கிழவன் தனது காரைத் தெரு முனையில் நிறுத்திவிட்டு வீட்டுக்கு நடந்துவந்து உடன் என்னை அழைத்துச் செல்வதைக் காணும் மாமிகளுக்கு மடி எரியாதா? அவர்களை வயிறெரிய வைப்பதில் பேருவகைக் கொண்டேன். பிரெஞ்சு மொழியில் பேசிச் சிரித்தபடி நடப்பதில் தெரு எரிந்தது. புகைச்சலில் கண்கள் எரிய வாசல் கதவுகளை அறைந்துச் சாத்திக்கொண்டனர். தனது சொந்தச் சாதியிலிருந்து வெளியேறுவதே, பெண் தாண்டும் விடுதலையின் முதற் படி. ஆம், படித் தாண்டாவிட்டால் பத்தினி. படித் தாண்டினால் தெய்வம்.

சிலப்பதிகாரம் அப்படித்தான் அறுதியிடுகிறது.'

"அம்பிகா, நாகதோசம் உனது உடம்பை ஆண்களிடமிருந்து விடுவித்தது. பாலியற் துய்ப்பிற்கு எதிராக உனது உடம்பை நிறுத்தியது. பெண் தனது சொந்த உடம்பைவிட்டு வெளியேறுவதிலிருந்துதான் பெண்விடுதலைத் தொடங்குகிறது. இச்சமூகம் உனது உடம்பை நிராகரிக்கக் காரணமாக அதில் உறைந்தப் பாம்பு உனக்கு உதவியிருக்கிறது.

அம்பிகா, நாளை ஊருக்குப் போகிறேன் அதற்குப் பிறகு மறுபடி உன்னை எப்போது பார்ப்பேன் எனத் தெரியவில்லை. வா, படுக்கைக்குப் போகலாம். உனது பிளவுண்ட நாவால் எனது உயிர்ப்புழை உச்சி மொட்டைத் தீண்டு. சவரம் செய்யப்படாத உனது கைகளின் இடுக்குகளும் செழித்தத் தொடைகள் கூடும் அல்குல் காணியும்; பெண்ணே, உனது உடம்பின் மேற்குத் தொடர்ச்சி மலையில் மேயும் வரையாடு நான். வா, இந்த உச்சி இரவில் நான் உச்சம் தொடவேண்டும். என்னைக் கைத்தாங்கலாக அழைத்துப்போ. உச்சத்தைத் தொடும்போது இதயத்துடிப்புத் தடைப்பட்டுச் சாவதில்தான் மரணத்தின் இன்பம் வாய்க்கப்பெறும். ஆடைகளைக் களையும் அவசரத்தில் பொத்தான்களைப் பிய்த்துவிடுகிறாய். என்னுடைய எந்தச் சட்டையிலும் பொத்தான்கள் இல்லை. அம்மா கேட்டால் என்னச் சொல்வேன்? ஏய், கடிக்காதே. சென்ற பிறவியில் நீ நாயாகப் பிறந்திருப்பாய். இந்தப் பிறவியில் பாம்பாகப் பிறந்திருக்கிறாய். நாயும் பாம்பும் புணர்ச்சியைக் கொண்டாடும் உயிர்கள். பாம்பைப் போலப் பிண்ணிப் பிணைந்து நாயைப் போலப் புணரவேண்டும்.

கடலைப்போல மூச்சுவிடுகிறாய். உனது உடம்பு நீலமாக நிறம் மாறுகிறது. ஆழ் கடல் போலத் தத்தளிக்கிறது. உனது ஆழி உடம்பில் புரளும் கட்டுமரமாக நான். என்னைக் கரையேற்றாதே, ஆழ அடிமண்ணில் நிலைக்குத்தாகச் சொருகிவிடு. உதட்டில் உப்புக் கரிப்பது வியர்வை அல்ல, கடல் நீர். போதும் என்னை விட்டுவிலகு. கடலுக்கு நீராழி மண்டபமாய் தீவு விளங்குகிறது. அதன் கரையில் என்னை ஒதுங்கவிடு. அம்பிகா, என்னை விட்டுவிடு. மூர்ச்சையாகிறேன். செத்துவிடுவேன். நான் உன் மகள் அல்லவா? நீ என் ஆதித் தாய், நான் உன் மூத்த மகள். ஆதி சிவை. வலிக்குதடீ காளி. உனது கழுத்திலிருந்துத் தொங்கும் கபால மாலை

ஒன்றுடனொன்று மோதிச் சிதறுதடீ. எனது விலாப்புறங்களில் திசைக்கொன்றாய் கால்களை ஊன்றி நிற்கும் உனக்குக் கீழே நான். என்னை விட்டுவிடடீ. தாயே என்னைத் தணியவிடு, ஓம் சாந்தி சாந்தி சாந்தி.

000 000

பன்னிரண்டு

அம்பிகா கடற்கரை சாலையில் வடக்கிலிருந்து தெற்காக நடந்துகொண்டிருந்தாள். வியர்வை மேலாடைக்குள் நசநசத்தது. இரவு எட்டு மணிக்குள்ளாக ஊர் ஒடுங்கிவிட்டது. ஆங்காங்கே வெள்ளைக்காரர்கள் இருண்ட கடலைப் பார்த்தபடி அலைத் தடுப்பு கட்டைச் சுவரில் அமர்ந்திருந்தனர். தூரத்தில் இரண்டு சிறிய கப்பல்களின் மின்விளக்கொளி மட்டும் தெரிந்தது. சாலையின் வடக்கு எல்லையில் இருக்கும் சாராய ஆலையிலிருந்து வெளிப்படும் கழிவு கடலில் கலந்து வெள்ளப்பாகின் சாராய மணம் குமைந்த காற்றில் பரவியிருந்தது. அரையிருள் சாலையில் தமிழர்கள் ஒருவருமில்லை. தனியொருத்தியாய் அம்பிகா மட்டுமே நடைப்பயிற்சியில் இருந்தாள். நல்லதங்கம் பிரான்சுக்குச் சென்ற பிறகு அவள் மீண்டும் தனித்திருந்தாள். மாலையில் கலைப் பொருட்கூடம் அடைக்கப்பட்ட பிறகு பணியாட்கள் இருவருடன் மாளிகையில் தனக்கென்று யாருமற்று மதுவுடன் பிரெஞ்சுக் கவிதைகளின் துணையுடன் விடியும்வரை இரவுகளைக் கடந்துகொண்டிருந்தாள். தனிமையின் இரவுகள் பகலைவிட நீளமானவை.

இச்சமூகச் சூழலில் ஒருவருக்குத் தனது குடும்பத்திற்கு வெளியே ஒருவருமில்லை. திருமணம், அதன் மூலம் உருவாகும் ரத்த உறவுகள், இதனால் விளையும் குடும்பம் என்ற அமைப்பு; அதைத் தாண்டிய உறவுகள் என்று எதுவுமில்லை. உலகின் எந்த மூலைக்குப் போனாலும் தான் தன்னளவில் தனிமைபட்டு வெறிச்சோடி இருப்பதை உக்கிரமாக உணரும்போது தனக்கு ஒரு குடும்பத்தை ஆக்கிக்கொள்ள மனம் விழையும். தனக்கென்றொரு ரத்தவுறவுக்காய் தவிக்கும். பிறகு இரண்டொரு நாளில் கொதிப்பு அடங்கிவிடும். நிலவு வெளிச்சம் விழாத கடல். ஆழம் தன்னில் கூடிவர உள்ளொடுங்கும் அலை. தனக்கு எது வேண்டும் என்பதை அம்பிகாவால் முடிவெடுக்க முடிந்ததில்லை. சில நாட்களாக

அவளால் தன்னையே தொட்டறிய முடியவில்லை.

அம்பிகா சாலையின் இறுதிவரை சென்று திரும்பினாள். சிமெண்ட் பாதை முடியுமிடத்திலிருந்து தார்ப்பாதை குண்டும் குழியுமாகச் சென்றது. கடற்சாலையைத் தாண்டியதும் இருட்டு அப்பிக்கொள்ளும். கறுப்பு நகரம் சுதந்திர இந்தியாவிலும் இருட்டாகத்தான் இருக்கும் போலும். வெள்ளை நகரத்தின் ஆளரவமற்ற தனிமை அங்குள்ள வீடுகளுக்குள்ளிருக்கும் மனிதர்களிடமிருந்து வெளியேறி நகரையே சுற்றி வளைத்து மூச்சுத் திணற நெருக்குவதைப் போல உணர்ந்தாள். பாரிசின் இரவுகள் வெளிச்சமானவை. பொந்திஷேரியின் பிரெஞ்சு இரவுகள் ஊமையிருட்டால் ஆனவை. இது இன்னும் முழுமையாக விலகாத காலனிய இருட்டு. ஒருவிதமான வெள்ளை இருட்டு. இருட்டில் அசைபோடும் விலங்கு போல கடல் மூச்சுவிட்டுக்கொண்டிருந்தது. அம்பிகா கரையோர மதில் மேல் சம்மணமிட்டு அமர்ந்தாள். அவளது காலணிகள் தரையில் கிடந்தன. நெருங்கிவந்து அவளது பரந்த முதுகில் கடல் மூச்சுவிட்டது. வியர்வையின் ஈரத்தில் சிலிர்த்துக்கொண்டாள்.

'கருநாகனைப் பார்த்து ஆறு மாதங்களுக்கும் மேலாகிறது. அவனொரு புரட்சிகரப் பொய்யன். அவன் தன்னளவில் உண்மையானவன், நேர்மையானவன். ஆனால், அவனுக்கு வெளியே அவன் தன்னைப் பற்றிய பொய் பிம்பத்தால் தன்னை ஆக்கிக்கொள்பவன். அதை எடுத்து விளக்கினால் ஒத்துக்கொள்ள மறுப்பவன். கொண்ட நம்பிக்கை தகர்ந்துபோனாலும் கற்பிதங்களால் அதை மறுவுருவாக்கம் செய்துகொள்பவன். அவனிடமிருந்து விலகி நிற்பது எனக்கும் நல்லது அவனுக்கும் நல்லது. நான் புனைவுகளாலானவள். அவன் கோட்பாடுகளாலானவன். மாற்றம் என்பது மாறாதது என்ற அடிப்படை எதார்த்தத்தைவிட்டு நழுவிச் செல்பவன் ஓர் இயங்கியல் பொருள் முதல்வாதியாக எப்படி இருக்கமுடியும்? நல்லவேளை, என் மனத்தையும் உடம்பையும் அவனிடமிருந்து நகர்த்தியே வைத்திருந்தான். ஆன்மீகத் தகவமைப்பு இல்லாதப் பொருண்மைச் சித்தாந்தம் முரட்டுத்தனமான சூன்யத்தை என்மீது கொட்டுகிறது. கவிதை சுரக்காத கருத்தியலின் வறட்சியை என்னால் தாங்கமுடியாது. போதையை நான் உடம்புக்காகச் சுகிக்கவில்லை; மூளையின் கிளர்ச்சிக்காகப் பருகுகிறேன். என்

ஆன்மா மது என்ற குருதியாலும் கவிதை என்ற தசையாலும் ஆனது. காமம் புரட்சிக்கு எதிரானது என அவன் வாதிடுவதை என்னால் சகிக்க முடியவில்லை. ஆண்குறி அரசியலையும் பெண்குறி அரசியலையும் தனியாகப் பேசுவதைத் தவிர்த்துவிட்டு ஒட்டுமொத்த உடம்புக்கான அரசியலையும் விடுதலைக்கான வழிமுறைகளையும் பேசுவதில் அயர்ச்சியடைகிறேன். கருநாகன் என்னைவிட்டு விலகியது மகிழ்ச்சியளிக்கிறது.'

அம்பிகாவின் எண்ணவோட்டம் கருநாகனைச் சுற்றி இறுக்கியது. கலங்கரை விளக்கின் ஒளி கறுத்த நீர்ப்பரப்பில் துடைப்பம் போல் விரிந்து பெருக்கிச் சென்றபடி இருப்பதைக் கடலை நோக்கித் திரும்பி அமர்ந்து பார்த்தபடி இருந்தாள்.

'இன்று அப்பா உடனிருந்திருந்தால் எவ்வளவு நன்றாக இருக்கும். பூாக் பெர்னாருடன் நான் பழகியதை அவரால் பொருத்துக்கொள்ள முடியவில்லை. சங்கரன் குளச்சந்து புகைந்தது. என் வழியில் குறுக்கிடாமல் ஒரு நாள் வீட்டைவிட்டு வெளியேறிவிட்டார். கொஞ்சம் விட்டுக்கொடுத்தால் இந்தத் தரித்திரத்திலிருந்து வெளியேறிவிடலாம் என்ற வழியை பெர்னார் காட்டினார். பெண்ணுக்கு அவளுடம்பே மூலதனம். அவளொரு காமதேனு. ஆம், என் பாலை நானே கறந்து காசாக்கினேன். ஓசியில் கறந்துக் குடிக்க சில அக்ரகாரத்து ஆண்கள் சாமத்தில் கொள்ளைப்புறமாக வந்துபோக தயாராக இருந்தார்கள். இருட்டு உறவில் நாகதோசம் அவர்களை பாதிக்காது போலும். பெர்னார் ஒரு பெண் பித்தர் அல்லர். அவர் அடிப்படையில் ஓர் இந்திய வியலாளர். விசாலமான அறிவுஜீவி. அவர் எனது உடம்பில் தனது நூலகச் சேகரிப்பிலிருந்து விடுபட்டுப்போன ஓர் இதிகாசத்தைக் கண்டெடுத்ததைப் போல வாசித்தார். புதிய பொருள் விளக்கம் தந்தார். இன்று பிரெஞ்சு அறிவுலகில் புதிய அலையாக, ஆழிப்பேரலையாக எழுந்துள்ள அமைப்பியல் ஆய்வுக்கு உட்படுத்தினார். என்னைக் கலைத்துப்போட்டு மாற்றியடுக்கினார். ஆண்மை என்பதில் அறிவும் அறமும் விறைத்தெழவேண்டும். உடலுறவு என்பது ஓர் அறிதல் முறை. மேலதிகப் பொருள்கோளை வாசிப்பில் வேண்டி நிற்பது. பூாக் என்னை வாசிப்பின் இன்பம் பயக்கும் பனுவல் ஆக்கினார்.'

அம்பிகா பாரிசில் அவருடைய கல்லறை மீது மலர்க்கொத்தை வைத்துக் குனிந்து முத்தமிட்ட அன்று, யாரென்றே தெரியாத தன் மூலத் தந்தை ஞாபகம்வர உடம்புச் சிலிர்த்து நின்றாள். மூண்டெழுந்த பூாக் பெர்னாரின் எண்ணங்களில் புகைந்தபடி எதிரில் விரியும் வங்கக் கடலின் நீர்மையின் ஆழத்துள் மூழ்கினாள். நீரின் மேற்பரப்பில் மூழ்கிக்கொண்டிருக்கும் ஈஃபில் கோபுரத்தின் உச்சி மின்விளக்கு ஒளிர்ந்தது.

‘கருநாகன் எனது உடம்பை ஒருபோதும் பொருட்படுத்தியதில்லை. சிலர் செயற்கையாக அப்படி நடந்துகொள்வார்கள்; அவன் அப்படிப்பட்டவன் அல்லன். அவன் என்னை ஒரு தோழராகத்தான் பாவித்தான். இருபத்தினான்கு மணிநேரப் புரட்சியாளனை எப்படிக் கையாள்வது என்று எனக்குத் தெரியவில்லை. ஓயாமல் பேசிக்கொண்டிருந்தான். நான் சோர்வடையும்போது அவன் அமர்ந்தபடியே தூங்கினான். என்னை நான் பரிதாபமாக உணர்ந்தேன். சிலநாட்களாக அவனைக் காணவில்லை. இப்படிச் சொல்லாமல் மறைந்துவிடுவதும் பிறகு மீண்டுவருவதும் வழக்கமாகவிருந்தது. ஒருவாரம் கழித்து என்முன்னே வந்து நின்றான். என் கண்களை உற்றுப் பார்த்து எந்தவொரு தயக்கமுமில்லாமல் சொன்னான், நாங்கள் போராட்ட வழிமுறைகளை மாற்றியமைத்துவிட்டோம். இந்த மாளிகையை நாம் விற்றுவிடுவோம், இயக்கத்தை பலப்படுத்த ஆயுதங்கள் வாங்கவேண்டும் என்றான். நான் திடுக்கிட்டு உடல் விதிர்த்து நின்றேன். என்னைச் சமாளித்துக்கொண்டு இயல்பு நிலைக்கு வரமுடியாமல் தடுமாறினேன். அதைத் தொடர்ந்த அரைமணி நேரப் பேச்சில் எங்கள் தோழமை முடிவுக்கு வந்தது. எனது பேச்சில் அவன் இடைமறிக்கவில்லை. அமைதியாகக் கேட்டுக்கொண்டிருந்தான். நாற்காலி மீதுக்கிடந்தத் தனது தோள்பையிலிருந்து ஒரு துண்டறிக்கையை எடுத்து என்னிடம் தந்துவிட்டு அமைதியாக வெளியேறிவிட்டான். பெரிய பாரம் என்னைவிட்டு விலகியதுபோல் உணர்ந்தேன். பிறகு இதே இடத்தில் கடலை வெறித்தபடி வெயில் உச்சந்தலையில் சூடேற்ற நிச்சலனமாக நிர்க்கதியாக நின்றேன்.’

அம்பிகா மதில் கட்டையிலிருந்து இறங்கி வீடு நோக்கி நடக்கலானாள். அவளைக் கடந்துச் சென்ற இரண்டு அக்ரகாரத்துக் குடுமிகள் அவளை மேலும் கீழும் உற்றுப் பார்த்து நடந்தன.

அவளுக்கும் அவை பரிச்சய முகம் போலத்தான் தெரிந்தது. இந்த இரவில் குமையும் கடற்கரை புழுக்கம், நடைப்பயிற்சியில் வெளியேறிய வியர்வையின் கசகசப்பு, ஓய்ச்சலற்ற எண்ண அலைகள் யாவும் ஒரு குளியலில் தன்னைவிட்டு வெளியேறிவிடும். பிரான்சிற்குச் சென்று மூன்றாண்டுகள் கடந்துவிட்டன. தூதரகம் சென்று விசாவைப் புதுப்பிக்கவேண்டும். நாளை தங்கத்திற்குக் கடிதம் எழுதவேண்டும். அடைபட்டுக் கிடக்கிறேன். இரவுநேர பாரிசின் தெருக்களில் உரக்கக் கத்திக் கூச்சலிட்டபடி ஓடவேண்டும். ஒயின் விளைவிக்கும் ஆர்ப்பாட்டமில்லாத போதையில் சிறகுகளைத் தடையில்லாமல் சூன்யத்தில் நிரப்பவேண்டும். வெற்றிடத்தில் காற்றாக நான் என்னுள் முழுமையாக நிரம்பவேண்டும். அம்பிகா தனக்குள் பேசியபடி வீடுவரை வந்தபிறகுதான் குனிந்து பாதங்களைப் பார்த்தாள்; கடலோர கட்டைச் சுவர் அடியில் அவிழ்த்துவிட்ட செருப்புகளை மீண்டும் அணிய மறந்துவிட்டதை உணர்ந்தாள். பெரிய நிலைக்கதவு அடைக்கப்பட்டு நடுவிலுள்ள கிட்டிக் கதவைத் திறந்து வெளியில் இரண்டு பணிப் பெண்கள் காற்றோட்டமாக நின்றிருந்தனர்.

000 000

பதிமூன்று

அம்பிகா, பெர்னாரின் காரை தானே ஓட்டிக்கொண்டு இரும்பை மாகாளம்வரை சென்றாள். மனம் சோர்ந்து இனம்புரியாதத் தவிப்பு கொதித்துப் பொங்கி மேலெழும்போது மனம் ஒருமைகொள்ள அவள் தேடிப்போகும் நபர் செம்புலி. கோயில் பூசாரியும் தன் நண்பருமான அம்பிகாவின் அப்பாவைக் குறித்தான நினைவுகளை அவளுடன் பகிர்ந்துகொள்வார். அவர் மீதிருந்து அப்பாவின் வாசனை கமழும். அவ்வாசனை அவளைத் தேற்றுவதாக இருக்கும்.

அப்பா இருந்தபோது, பாழ்பட்ட கோயில் எனினும் கருவறை கலையாக இருக்கும். அபிஷேகப் பிரியனான சிவன் பசியின்றி இருப்பான். அப்பா இல்லாமல் தெய்வம் ஆதரவற்று தவித்தது. செம்புலி குளக்கரை பக்கம் போவதேயில்லை. குளத்தைச் சுற்றிலும் ஒற்றையடி பாதையைத் தவிர்த்த எல்லா இடங்களிலும் மனித மலக்காடு மண்டியிருந்தது. குளம் வற்றி நடுவில் தேங்கிய உள்ளங்கை அகல நீரில் சுற்று வட்டாரத்து ஆண்களெல்லாம் கால்கழுவிச் சென்றனர். சிறுவர்கள் உள்ளிறங்கும் படிக்கட்டுகளிலேயே மலம் கழித்தனர். வேப்பமரங்கள் சொந்தப் பயன்களுக்காக ஊர்க்காரர்களால் வெட்டப்பட்டுவிட்டன. எருக்கம் புதர்கள் மண்டிக்கிடந்தன. அம்பிகாவை அந்தப் பக்கம் செல்ல கிழவர் அனுமதிப்பதில்லை.

கிழவருக்குப் பழம், ரொட்டி உள்ளிட்ட உணவுப் பொருட்களை வரும்போதெல்லாம் அம்பிகா வாங்கிவருவாள். அவருக்குக் கையில் பணம் கொடுத்தால் வாங்க மறுத்துவிடுவார். “அடுத்த நூற்றாண்டின் ஆரம்பத்தில் இக்கோயிலுக்கு ஒரு மாற்றம் வரும். அப்போது நான் இங்கிருந்து வெளியேறிவிடுவேன். கைலாயம் சென்று கடைத்தேறலாம் என்ற ஓர் எண்ணம் இருக்கிறது. வாழ்ந்து அலுத்துவிட்டது. பூமியில் நூறு ஆண்டுகளுக்கும் மேலாக உயிர் வாழ்வது அபத்தமானது. சில மரங்களுக்கு மட்டும் விதிவிலக்கு

அளிக்கலாம். நூறு வயதைக் கடந்தவர்களை அரசே கருணைக் கொலை செய்துவிடலாம். அம்பிகா, உன் அப்பா பூமியில் இல்லை, ஆனால் இன்னும் உயிரோடு இருக்கிறார். அடிக்கடி கனவில் வந்து பேசிவிட்டுச் செல்கிறார்.''

நல்லதங்கத்தைப் பற்றி விசாரிப்பார்; ''அந்தப் பாம்புப் பெண் எப்படியிருக்கிறாள்? கனவுகாணும் உயிரினங்களுக்குத் தம்மைச் சுற்றி புனைவுகளை உருவாக்கிக்கொள்ளும் திறன் இயல்பிலேயே வாய்த்துவிடும். புனைவுகளில்லாமல் மரணமற்ற பெருவாழ்வு சாத்தியமில்லை. மாட்டுவண்டி வந்துபோன இரும்பைப் பாதையில் பேருந்துகளும் சிற்றுந்துகளும் விரைகின்றன. மனிதப் புனைவுகளின் வழியேதான் இவை விளைகின்றன. நல்லதங்கத்தின் மனம் கடவுளற்றது. நாத்திக மனத்தில் புனைவுகள் விளையாது. என் நண்பன் ராமலிங்கம் ஏற்றிவைத்த அணையாத அருட்பெருஞ்சோதி பசித்தவர்க்கு சோற்றை வடித்துக் கொட்டிக்கொண்டே இருக்கிறது. இது மந்திரப் புனைவுச் சோறு. உங்கள் நாத்திகத் தலைவரும் அவர் கண்ட இயக்கமும் பசித்தவர்க்குப் பிடிச்சோறு போடுவதுண்டா? புனைவுகளின் மூலமாகவே பிறர் பசிப்பிணியை உனது உடம்பின் வழி உணரமுடியும். நாத்திகச் சமூகத்தில் கலை இலக்கியம் யாவும் அற்றுப்போகும். வறட்சி, பசிப்பிணி வந்துசேரும். கடவுள் வாழும் மனத்திலும் நிலத்திலும் நீர்ப் பெருகும். சிவனின் தலையில் கங்கை ஊற்றெடுக்கிறது மகளே.''

செம்புலி அருகே அமைதியாக அமர்ந்து அவர் பேசுவதை செவிமடுப்பதன்றி அம்பிகா பேசமாட்டாள். அவருடைய வார்த்தைகளிலிருந்து வெளிப்படும் வாசனையில் அப்பாவின் உடம்பு திரண்டெழும். அப்பா எங்கே எந்தக் கோயிலில் இவரைப் போல அடைக்கலமாகி இருக்கிறாரோ; அவரை மீண்டும் சந்திக்க முடியுமா? அப்பாவுக்குத் தன் வாழ்க்கையின் இலக்கு காசிக்குச் சென்று இறந்து எரிந்து கங்கையில் மிச்சமற்று கரைந்துவிடுவது. அவர் உயிரோடிருந்தால் அங்குதான் இருப்பார். அங்குப் போனால் தேடி அவரைக் கண்டடையலாம். ஆனால் அவர் தன்னுடன் ஊருக்கு வரமாட்டார். தான் வாழ்ந்த வாழ்க்கையில் அவருக்கென்று எதுவுமே மிச்சம் மீதி இல்லை. வாழ்ந்ததின் தடயமற்று அற்றுப்போவதற்கு அசாத்திய மனவலு வேண்டும். பற்றற்ற மனம் ததாகதருக்குக்கூட கைக்கூடி வரவில்லை, இறுதிவரை தன் துணைவியைச் சங்கத்தில் சேர்த்துப் பார்வையிலேயே வைத்துக் கொண்டார். செம்புலியின்

பேச்சு மூளையில் படியவில்லை; அம்பிகாவின் மனம் காசியில் அப்பாவைத் தேடி அலைந்துகொண்டிருந்தது.

கிழவர், நெற்றியில் திருநீறிட்டு அம்பிகாவை வாழ்த்தினார். அவள் கருவறையை சுத்தம் செய்தாள். துடைப்பம்கொண்டு ஒட்டடை நீக்கித் தரையைப் பெருக்கிக் கூட்டினாள். கொண்டுவந்திருந்த எண்ணெய், திரி, தீப்பெட்டி, திருநீறுப் பொட்டலம் முதலான பொருட்களை மூலையிலிருந்த சிறு மரப்பெட்டியில் வைத்தாள். அவள் அங்கிருந்து விடைபெற்றபோது பரிதி மேற்கில் சாயத்தொடங்கியது. சாலையிலிருந்து இறங்கி ஒற்றையடிப் பாதையில் ஆண்கள் மாலைக்கடன் முடிக்க குளத்தை நோக்கி வரிசையாகச் சென்றவண்ணம் இருந்தனர். குளம் தன்னுடைய புனைவை இழந்துவிட்டிருந்தது.

இரவுடன் தன்னைக் கலக்கவும் அதனுள் தடயமற்று புதையவும் சிறிதளவு மது அம்பிகாவுக்குத் தேவையாகவிருக்கிறது. மதுவின் கருணையும் அது தரும் ஆதரவும் சக மனிதரிடமிருந்துகூட அவளுக்குக் கிடைத்ததில்லை. மதுவைத் தடைசெய்யும் சமூகம் கடவுளால் சபிக்கப்பட்டது. தனிமைப்பட்டு ஒதுங்கியவர்க்கு மதுவே இருத்தலின் ஆழத்தையும் அடர்த்தியையும் உணரச்செய்கிறது. சுவரில் மாட்டப்பட்டிருந்த செவ்விந்தியர் முகமூடி அவளை வெறித்தது. தனது அறையிலுள்ள ஒரே கலைப்பொருள் அதுமட்டுமே. அது ஒரு பெண் முகம், ஆணாக நினைத்து நோக்கினால் அதுவோர் ஆண் முகம். எப்படி இங்கு வந்தது? பெர்னார் வைத்திருக்கலாம். அவர் இன்னும் சில ஆண்டுகள் வாழ்ந்திருக்கலாம். தான் வாசிப்பது அவருடைய வாழ்வின் இறுதி அத்தியாயத்தை என்பதை அம்பிகா அறிந்திருக்கவில்லை. அவருடைய மகள் வனேஸாவும் அம்பிகாவும் ஒரே ஆண்டு ஒரே மாதம் ஒரே நாளில் பிறந்திருந்தனர். இந்தப் பிறந்த நேரத்தின் மாயப்புதிர் இவர்களைப் பிணைத்துவிட்டது. பொந்திஷேரியிலிருந்த பெர்னாரின் அனைத்து உடைமைகளையும் அம்பிகாவுக்கே வனேஸா பத்திரமாக்கித் தந்தாள். இருபத்தியேழு நிமிடங்களே தன்னைவிட இளையவளான வனேஸாவை அக்கணம் முதலாய் மகளாக பாவித்தாள் அம்பிகா. மாய யதார்த்த வாழ்க்கையில் ஒவ்வொரு கணமும் ஒரு புதிர் முடிச்சு; அது அவிழும்போது ஓர் இறுகிய வளையம் நேர்க்கோடாகிறது. கோடு தொடக்கமும் முடிவும் இல்லாதது.

அம்பிகாவுக்கும் பெர்னாருக்குமிடையே இருபத்தேழு ஆண்டுகள் கால இடைவெளியும் அவர் மகள் வனேஸா பெர்னாருக்கும் அம்பிகாவுக்கு மிடையே இருபத்தேழு நிமிடங்கள் கால இடைவெளியும் கொண்ட பிறப்பில் ஒரு கணக்கிடல் உள்ளதை நடுயிரவில் கடிகாரம் ஒலிக்கும்போது உணரவந்தாள். மணி இரவு பன்னிரெண்டு.

பெர்னார் ஒரு தேவதூதன். அவர் மகள் ஒரு தெய்வதம். இவ்வளவு பெரிய சொத்தை அப்படியே விட்டுக்கொடுப்பதற்கு மனம் என்ற இடத்தில் அருட்பெருஞ்சோதி இருக்கவேண்டும் என்பார் செம்புலி. இரும்பைக்கு வந்து செம்புலிக் கிழவனாரை ஒருமுறை பெர்னார் சந்தித்திருக்கிறார். பிறகு ஒருநாள் இந்தியாவின் தொன்மை அவர் உடம்பில் உள்ளது என்று கிழவரைப் பற்றிய பேச்சில் பெர்னார் குறிப்பிட்டார். செவ்வியல் தன்மை என்பது கால முதிர்ச்சியால் உருவாவது அல்ல, ஒன்றினுள் செயல்படும் அறம்சார் அழகியலால் உருத்திரள்வது என்பார். காமத்தின் அறவொழுக்கத்தை செவ்வியல் தன்மையதாய் திருவள்ளுவம் வடிவமைக்கிறது. வாத்ஸாயனத்தில் அது இல்லை. காமத்தின் மெய்யியலை வள்ளுவம் வரைந்தெடுக்க, வாத்ஸ்யாயனம் அதை அக்கப்போராக்கிவிட்டது. அம்பிகா, உன்னை நான் குறள்வழி நின்று அடைகிறேன் என்பார்.

செவ்விந்திய முகமூடி இந்த அறையில் இருப்பதால் அது என் வாழ்வின் இயக்க கதியில் என்னப் பொருளை விளைவிக்கிறது? வெற்று அலங்காரப் பொருளாய் அது இருக்கிறது. அருங்கலைப் பொருட்களை நான் விற்கிறேன்; அமெரிக்கர், ஐரோப்பியர் பெரும் தொகைக் கொடுத்து வாங்கிச் செல்கின்றனர். தனிநபர் இருப்பிடங்களில் அலங்காரத்திற்காக அவை காட்சிப்படுத்தப் படுகின்றன. இந்த வகையான அபத்தப் பரிவர்தனையில் அந்நியச் செலாவணி கறுப்புப் பணமாகப் புழங்குகிறது. இதனால் என்னப் பயன்? உடல் வளர்த்து உயிர் வளர்க்காத ஒன்றால் சமூக விளைவு என்பது ஒன்றுமில்லை என விமர்சிக்கிறான் கருநாகன். என்னை ஒரு பூர்ஷ்வாப் பாம்பு என்கிறான். மண்ணில் மனிதரைத் தவிர வேறெந்த விலங்கிற்கும் அரசியல் இல்லை என நான் சிரித்தால் அதை அவனால் ரசிக்கமுடிவதில்லை.

அம்பிகாவின் இமைகள் தாமே கீழிறங்கின. அவள் உறக்கத்தை ஒத்திப்போட்டாள். இரவு முழுவதும் மீண்டும் மீண்டும் உறக்கத்தை

ஒத்திப்போடுவதற்கு அவள் தனக்குத்தானே பேசியபடியிருப்பாள். அவள் நிலைக்கண்ணாடி முன் அம்மணமாக அமர்ந்து தன்னைப் பார்த்தபடி மது அருந்துவாள். குருதியைப் போல அடர்த்தியான ஒயின். தன் மார்பு நடுவே படமெடுக்கும் பச்சைக் குத்தப்பட்ட நாகத்தைப் பார்த்து ஒரு மிடறு குடிக்கச் சொல்லி அதை வற்புறுத்துவாள். அதன் வாயில் மதுக் கிண்ணத்தைத் திணிப்பாள். அது முரண்டுபிடிக்கும். பாம்பைப் பழக்குவதற்குச் சாமர்த்தியம் அதிகப்படியாக வேண்டும். அதைப் படிப்படியாக வசியம் செய்யவேண்டும். பணியவில்லை என்றால் கொன்றுவிடுவேன் எனப் பயமுறுத்தவேண்டும். அம்பிகாவின் உடம்புக்குள் பாம்பின் முழுவுடம்பும் நெளிந்தது. முலைகளுக்கு இடையே வெளிப்படும் படத்தை மட்டும் கண்ணாடிக் கிண்ணத்தில் தத்தளிக்கும் திரவத்தில் முக்கினாள். அது மூச்சுத் திணறியது. அவள் வாய்விட்டு அறற்றினாள்; 'அம்மா, ஏன் இந்தப் பாம்பின் படத்தை என் மார்பில் பச்சைக் குத்தினாய்? இது, என் மீது நீ செலுத்திய உச்சபச்ச வன்முறை. எனக்குள் பாம்பை உயிருடன் புதைத்தாய்; அது உள்ளுக்குள்ளே வளர்ந்து வளர்ந்து ஆசனவாய் வழியே வால் வெளிப்பட, நடுமார்பில் படம் விரித்து என் கட்டளைக்குப் பணியாமல் ஆட்டம் போடுகிறது. அம்மா, இந்தப் பாம்பைக் கொன்றுவிடு. அப்பாவைக் கொன்றாய். அதன் மூலம் என்னைக் கொன்றாய். இறுதியில் உன்னையே நீ கொன்றுகொண்டாய். நீ ஒரு சுயநலவாதி. சுயமற்ற சுயநலவாதி. அப்பா ஒரு சித்தர். பாலற்ற பிறவி. கடவுளுடன் மட்டுமே அவரால் உரையாடமுடியும். கடவுளை வழிநடத்துபவர். சில சமயம் அவரே தன்னளவில் கடவுளானவர். என்னை நீ பெற்றெடுத்து அவர் கைகளில் தந்தாய். வேறெதுவும் நீ எனக்காகச் செய்யவில்லை. ஆனால், அப்பா என்னை மறு ஆக்கம் செய்தார். நான் ஆளாகி நின்றபோது தொடைகளின் நடுவே வழிந்த குருதியைத் தனது வேட்டி முனையால் துடைத்தார். நீ வெறும் தாய். ஆனால், அப்பாவோ ஆதித்தாய். மூதாய். என் அப்பா தாய்மையின் எல்லையின்மை. தாயாகிக் கனிந்த ஆண்மையின் பரிபூரணன்.' அம்பிகா பொங்கி வெடித்து ஓவென்று கதறினாள். நடுயிரவில் அவளது அறைக்குள் அப்பாவின் வாசனைக் குமைந்தது. அம்பிகா தந்தைமையின் ஆழத்துக்குள் தூங்கிப்போனாள். அவள் அம்மணத்தில் பாம்பும் சீற்றம் அடங்கி ஒடுங்கி உறங்கியது.

000 000

பதினான்கு

உறக்கமற்ற வெண்ணிற இரவுகளில் அம்பிகா, பாம்புடன் ஓயாத விவாதத்தில் ஈடுபட்டாள். அவள் யாரை நினைத்து அழைக்கிறாளோ அவராக உருமாறி அவள்முன் வந்து அமர்ந்து, பாம்பு விடியும்வரை பேசிக்கொண்டிருக்கும். பாம்பின் அழகு வேறு எதற்கும் புவிமிசை வாய்க்கவில்லை. படமெடுத்துக் கொத்தும்போது நஞ்சு உடம்பில் ஊறி சாவின் விளிம்பில் நிறுத்தும் போகத்திளைப்பின் உச்சத்தைத் தொட்டு மீளும் அக்கணம் அம்பிகா படுக்கை மீது நெளிந்துத் தோலுரிப்பாள். பாம்பு மனிதரைப் போல அழும் உயிரி; அதன் கண்ணீர் நீல நிறத்தில் படத்தின் இரு பக்க விளிம்புகளிலும் வழியும். ஆம், பாம்பு போகத்திலும் கோபத்திலும் படமெடுக்கும்; அதுபோலவே அழும்போது படமெடுக்கும். அக்கண்ணீர் அதன் நஞ்சைவிட அடர்த்தியானது. படம் அருகே முகத்தைக் கொண்டுசென்று நாநுனியால் அதை நக்கிச் சுவைத்தவர்க்கு மரணமில்லை. செம்புலியையொத்த மரணமற்ற உடம்பாய் விளையும். நீலப் பாதரசம் போன்ற பாம்பின் கண்ணீரும் திரவ உலோகம்; அணுவின் நுண்ணியதாய் அதை இறுதிவரை பிளந்துகொண்டே செல்லமுடியும். அணுவின் வெற்றிடத்தில் அதன் ருசியை அறியமுடியும். இதுவரை அந்த ருசிக்கு யாரும் பெயரிட்டதில்லை.

விடுதலை அடைந்த புதுச்சேரியைத் தனி இறையாண்மையுள்ள நாடாக வென்றெடுக்க முடியாத, கைப்பிடியளவே குரல்களைக்கொண்ட குழு, அகண்ட பாரதத்திற்குப் பெயர் மாற்றம் செய்து Tèrre Nagas என்று பிரெஞ்சு மொழியிலும் Nagas Land என்று ஆங்கிலத்திலும் நாகர் நாடு என்று தமிழிலும் வழங்கக்கோரி புதிய இயக்கத்தைக் கண்டது. அவ்வியக்கத்தின் துண்டறிக்கைகளும் முப்பத்தியிரண்டு பக்கங்கள்கொண்ட மாதயிதழும் தொடர்ந்து அம்பிகாவுக்கு அஞ்சலில் வந்தபடியிருந்தன. அம்பிகா அவற்றை உறையிலிருந்து பிரித்தெடுப்பதேயில்லை. அம்பிகா இடையில்

ஒருமுறை பாரிசுக்குச் சென்றாள். அருங்கலைப் பொருளகத்தை வனேஸா நிர்வகித்துவந்தாள். அது மாணவர் புரட்சி நடைபெற்றுக்கொண்டிருந்த நேரம். ஸொர்போன் காலவரையற்று மூடப்பட்டிருந்தது. நல்லதங்கம் அப்பொழுது இப்ராகிமுடன் நீம் என்ற சிறு நகரத்தில் தங்கியிருந்தாள். அவளுடைய தங்கை வெர்ழினி தெ லா மேர் மாணவர் புரட்சியில் பங்கேற்று சிறைப்பட்டாள். அங்கு சகவாசியான வட இந்திய மகர் மாணவன் கண்களில் ஒளி ததும்ப அவளுக்குக் கொடுத்த டாக்டர். அம்பேத்கர் அருளிச்செய்த Bouddha et son Dhamma நூலை பிரெஞ்சிலிருந்துத் தமிழில் மொழிபெயர்க்கத் தொடங்கினாள்.

ஒருநாள் மாலை புதுச்சேரி கடற்கரைச் சாலையில் மதில்மேல் அமர்ந்து கடலைப் பார்த்தபடி அம்பிகா ஆழ்ந்த யோசனையில் இருந்தாள். சற்றுமுன் நூலகத்தில் எடுத்திருந்த ஆங்கில நூலொன்றை மடியிலிருந்து எடுத்து பக்கத்தில் வைத்தாள். அது காற்றில் படபடத்தது. பக்கங்கள் புரண்டன. அம்பிகா அந்நூலில் விரல் வைத்து அதன் படபடப்பை நிறுத்தி குனிந்து மறுபடியும் வாசித்தாள்: NALLAPAAMBU: tale of blue goddess.

செம்புலி இரும்பையில் இல்லை.

000 000